Ẩm thực thuần chay giàu đạm

AF742277

Sách dạy nấu ăn thuần chay với 100 công thức nấu ăn giàu chất dinh dưỡng để có sức khỏe và thể chất tối ưu. Khám phá sức mạnh của protein thuần chay với các bữa ăn nhanh chóng, dễ dàng và ngon miệng cho mỗi bữa ăn trong ngày

Tâm Hạ

MỤC LỤC

MỤC LỤC

GIỚI THIỆU

Việc ăn uống dựa trên thực vật đang gia tăng vì cả các yếu tố sức khỏe và môi trường. Một số nghiên cứu liên kết chế độ ăn thuần chay giàu protein với khả năng bảo vệ tốt hơn chống lại bệnh tim và ung thư. Tuy nhiên, bạn không cần phải bỏ thị t hoàn toàn để tận hưởng những lợi ích về sức khỏe và môi trường của chế độ ăn thuần chay.

Đậu nành, đậu và các loại hạt bao gồm các thành phần như chất xơ hòa tan, sterol thực vật và chất béo lành mạnh, bản thân chúng làm giảm cholesterol và việc tiêu thụ những thực phẩm này sẽ thay thế thị t (và chất béo hydro hóa) mà bạn sẽ tiêu thụ. Mặc dù mức giảm này có vẻ khiêm tốn, nhưng khi mức giảm khoảng 4 phần trăm ở mỗi trong số ba điểm đánh dấu được kết hợp, thì tác động là khá đáng kể.

Nếu bạn là người ăn thuần chay và muốn tăng mức tiêu thụ protein của mình, hoặc chỉ đơn giản là tò mò làm thế nào để tiêu thụ đủ lượng protein trong kế hoạch ăn kiêng thuần chay, chủ yếu không có thị t, thì cuốn sách này sẽ giúp bạn rất nhiều.

Protein thường được coi là "khối cấu trúc" của các sinh vật sống. Cơ thể chúng ta phá vỡ chúng thành các bộ phận cấu thành "axit amin" và tập hợp lại chúng theo vô số phương pháp thiết yếu để điều chỉ nh hệ thống cơ thể và cung cấp sức mạnh cho chúng ta.

Nhu cầu protein của chúng ta chủ yếu phụ thuộc vào trọng lượng cơ thể, cũng như mức độ hoạt động của chúng ta. Bạn càng năng động ; bạn càng cần nhiều protein. Tuy nhiên, về cơ bản chúng ta cần từ 0,6 đến 0,8 gam protein cho mỗi kg trọng lượng cơ thể.

Những công thức nấu ăn này có không quá 15 gam carbohydrate mỗi bữa ăn và lượng calo hàng ngày dao động trong khoảng 1.500. Bạn cũng sẽ tìm thấy các công thức khuyến khích bạn ăn những loại rau và trái cây tốt cho sức khỏe đó, ít nhất năm loại mỗi ngày. Và hầu hết, bạn sẽ tìm thấy protein chất lượng cao — 3 đến 4 ounce thị t đỏ nấu chín, nạc và tối đa 6 ounce cá mỗi bữa.

Ngoài ra, những công thức nấu ăn này rất dễ làm và có hương vị cực kỳ ngon!

B LẬP TỨC

1. ramen miso

THÀNH PHẦN:

5 muỗng canh tương miso.

2 muỗng canh nước tương.

2 miếng gừng 1/2 cm, bào sợi.

12 cái nấm đông cô.

225 g đậu hủ hun khói, cắt làm 4 miếng.

2 muỗng canh amino hoặc tamari lỏng.

250 g mỳ soba.

16 tai bắp non.

1 muỗng canh dầu thực vật.

gói 8 con choi .

200 g giá đỗ ăn liền.

2 quả ớt đỏ, thái nhỏ trên một góc.

2 củ hành tây, cắt cẩn thận trên một góc.

4 muỗng canh rong biển giòn.

2 thìa hạt mè đen.

1 muỗng canh dầu mè, để hoàn thành.

HƯỚNG:

Cho tương miso, 1,5 lít nước, xì dầu, gừng và nấm hương vào chảo lớn. Khuấy để trộn miso, sau đó đun nhỏ lửa thật nhẹ. Tiếp tục đun nhỏ lửa trong 5 phút.

Trong khi đó, đặt đậu phụ hun khói vào một cái bát nông và đổ amino lỏng lên trên. Lật miếng đậu phụ để đảm bảo chúng ngấm đều cả hai mặt.

Đun sôi một chảo nước muối. Thêm mì soba, đun sôi trở lại và nấu cho đến khi mềm, khoảng 5 phút .

Thêm ngô non vào nước dùng miso và nấu thêm 4 phút nữa.

Đun nóng dầu trong chảo chống dính ở nhiệt độ cao. Nhẹ nhàng đặt đậu phụ vào chảo và nấu trong 2-3 phút cho mỗi mặt cho đến khi chín vàng.

Mì vừa chín, vớt ra rổ và xả qua nước lạnh, sau đó chia làm 4 bát. bao gồm pak choi vào nước dùng miso và tắt bếp.

2. Bát thuần chay Bali

THÀNH PHẦN

CÀ CHUA SAMBAL:

3 quả cà chua

2 củ hẹ, hoặc củ hành đỏ nhỏ

4 tép tỏi

2-5 quả ớt đỏ , loại bỏ hạt

2 lá chanh kaffir, thái nhỏ

1/2 muỗng cà phê đường cọ, hoặc đường nâu mềm

1/2 muỗng cà phê muối

ĐỐI VỚI NHIỆT ĐỘ:

125 g tempeh, thái lát hoặc cắt thành từng miếng nhỏ

1/4 chén đậu phộng

1 muỗng canh dầu dừa

CHO MÓN SALAD:

2 chén bắp cải đỏ, thái nhỏ

1 củ cà rốt, thái sợi hoặc nạo

1 chén đậu xanh, (một nắm lớn)

1 muỗng canh nước cốt chanh (nước cốt của nửa quả chanh)

1 muỗng cà phê dầu mè

ĐỐI VỚI GẠO:

1 chén gạo đỏ, hoặc nâu

Một nắm lá húng quế, hoặc các loại thảo mộc tươi mà bạn chọn

HƯỚNG

Bắt đầu với một quả ớt, cho tất cả các hoạt chất vào máy xay sinh tố và xay cho đến khi thật mị n. Nếm thử và cho thêm ớt cho đến khi sambal đạt độ cay mong muốn. Điều chỉ nh hương vị cho vừa ăn, thêm muối hoặc đường.

Chuẩn bị gạo theo hướng dẫn gói .

Trong khi nấu cơm, hãy chuẩn bị món salad của bạn.

Đun sôi nước trong một cái chảo nhỏ. Chần đậu xanh trong ba phút, sau đó vớt ra rổ/rây và xả dưới vòi nước lạnh để làm nguội ngay.

Cho bắp cải tím, cà rốt và đậu đã bào sợi vào một bát trộn.

Cho nước cốt chanh và dầu mè lên trên rồi phủ lên.

Phục vụ bát Bali với một phần cơm đỏ và salad, kèm theo tempeh và đậu phộng nóng, một ít rau thơm tươi và thêm sốt cà chua ở bên cạnh.

3. burrito đậu phụ

THÀNH PHẦN:

1 gói đậu phụ 12 ounce hoặc đậu phụ cứng

1 muỗng cà phê dầu (hoặc 1 muỗng canh (15 ml) nước)

3 tép tỏi

1 muỗng canh hummus

1/2 muỗng cà phê ớt bột

1/2 muỗng cà phê thì là

1 muỗng cà phê men ăn kiêng

1/4 muỗng cà phê muối biển

1 nhúm ớt cayenne

1/4 chén rau mùi tây băm nhỏ

Rau

HƯỚNG:

Làm nóng lò ở nhiệt độ 400° F (204° C) và lót khay nướng bằng giấy da.

Thêm khoai tây và ớt đỏ vào khay nướng, rưới dầu (hoặc nước) và gia vị , trộn đều. Nướng trong 15-22 phút hoặc cho đến khi mềm và hơi nâu. Bao gồm cải xoăn trong 5 phút cuối cùng.

Trong lúc đó, đun nóng chảo lớn trên lửa vừa. Ngay khi dầu nóng, cho dầu (hoặc nước), tỏi, đậu phụ và xào trong 7-10 phút, khuấy thường xuyên, cho đến khi hơi chuyển sang màu nâu.

Trong khi chờ đợi, cho hummus, bột ớt, thìa là, men dinh dưỡng, muối và ớt cayenne (tùy chọn) vào một bát trộn nhỏ. Tiếp tục thêm nước cho đến khi tạo thành một loại nước sốt có thể đổ được. Thêm hỗn hợp gia vị vào đậu phụ và tiếp tục nấu trên lửa vừa cho đến khi hơi chuyển sang màu nâu - 3-5 phút.

Bao gồm nhiều phần rau củ nướng, đậu hũ chiên, bơ, ngò và một chút salsa. Tiếp tục cho đến khi tất cả các đồ trang trí được sử dụng hết - khoảng 3-4 chiếc burritos lớn.

4. thanh protein thuần chay

THÀNH PHẦN:

1/3 chén rau dền

3 muỗng canh vani hoặc bột protein thuần chay không hương vị

1 1/2 - 2 muỗng canh xi-rô phong

1 chén bơ đậu phộng muối kem hoặc bơ hạnh nhân

2-3 muỗng canh sô cô la đen thuần chay tan chảy

HƯỚNG:

Bật rau dền của bạn bằng cách đun nóng một cái nồi lớn trên lửa vừa và cao.

Mỗi lần cho khoảng 2-3 thìa rau dền và đậy nắp ngay.

Thêm bơ đậu phộng hoặc bơ hạnh nhân và xi-rô cây phong vào một bát trộn vừa và khuấy đều để hòa quyện. Sau đó thêm bột protein và khuấy đều.

Cho từng ít rau dền đã cắt nhỏ vào cho đến khi bạn có kết cấu "bột" lỏng. Hãy thận trọng để không thêm quá nhiều, nếu không các thanh có thể mất độ dính và không dính. Tôi thấy khoảng 1 1/4 cốc là lý tưởng. Khuấy bằng thìa gỗ hoặc dùng tay để phân tán đều hỗn hợp.

Chuyển hỗn hợp vào bột nướng và ấn xuống để tạo thành một lớp đều. Đặt giấy da hoặc màng bọc thực phẩm lên trên và sử dụng một vật có đáy phẳng như cốc đong chất lỏng để ấn xuống và đóng gói hỗn hợp thành một lớp đều, được đóng gói chắc chắn.

Chuyển sang tủ đông để đặt trong 10-15 phút hoặc cho đến khi sờ vào thấy cứng. Vớt ra thái thành chín thanh. Thưởng thức ngay hoặc thêm một chút sô cô la đen tan chảy (tùy chọn).

Những thứ này hơi mềm ở nhiệt độ phòng, vì vậy hãy bảo quản trong tủ lạnh (tối đa 5 ngày) hoặc tủ đông.

5. Bánh pancake bí ngô màu cam

THÀNH PHẦN:

10 g bột lanh

45ml nước

235ml sữa đậu nành không đường

15ml nước cốt chanh

60 g bột kiều mạch

60 g bột mì đa dụng

8 g bột nở, không chứa nhôm

2 muỗng cà phê vỏ cam bào mị n

25 g hạt chia trắng

120 g bí ngô nghiền hữu cơ (hoặc chỉ nướng bí ngô và xay nhuyễn thị t)

30 ml dầu dừa đun chảy và để nguội

5ml bột vani

30 ml phong nguyên chất xi-rô

HƯỚNG:

Kết hợp bột lanh xay với nước trong một cái bát nhỏ. Đặt sang một bên trong 10 phút. Kết hợp sữa hạnh nhân và giấm rượu táo trong một bát vừa. Đặt sang một bên trong 5 phút.

Trong một bát lớn riêng biệt, kết hợp bột kiều mạch, bột mì đa dụng, bột nở, vỏ cam và hạt chia.

Đổ sữa hạnh nhân, cùng với bí ngô nghiền nhuyễn, dầu dừa, vani và xi-rô cây thích.

Đánh cùng nhau cho đến khi bạn có một bột mị n.

Đun nóng chảo chống dính lớn trên lửa vừa và cao. Chải nhẹ chảo với một ít dầu dừa.

Đổ 60ml bột vào chảo. Nấu bánh kếp trong 1 phút hoặc cho đến khi bong bóng xuất hiện trên bề mặt.

Nhấc bánh pancake nhẹ nhàng bằng thìa và lật.

Nấu thêm 1 phút rưỡi nữa. Trượt bánh kếp vào đĩa. Lặp lại với các pin còn lại.

6. Khoai lang & trái cây

THÀNH PHẦN:

1 Topping khoai lang.

60 g bơ đậu phộng hữu cơ.

30ml xi-rô phong nguyên chất.

4 quả mơ khô, thái lát.

30 g mâm xôi tươi.

HƯỚNG:

Gọt vỏ và cắt khoai lang thành lát dày 1/2 cm.

Đặt các lát khoai tây vào lò nướng bánh ở nhiệt độ cao trong 5 phút. Nướng khoai lang của bạn HAI LẦN.

Xếp các lát khoai lang ra đĩa.

Phết bơ đậu phộng lên lát khoai lang.

Rưới xi-rô phong lên bơ. Trên mỗi lát với một lượng quả mơ và quả mâm xôi thái lát bằng nhau. Phục vụ.

7. Bánh kếp bột chua bí ngô

MÚT BỌT QUA ĐÊM:

1/4 cốc bột khai vị chua không chứa gluten.

1/4 chén bí ngô nghiền nhuyễn.

1/2 chén bột đậu xanh (hoặc bất kỳ loại bột không chứa gluten nào khác).

1/2 cốc sữa hạnh nhân.

1-2 muỗng canh xi-rô cây phong.

VÀO BUỔI SÁNG:

1 quả trứng lanh

1 muỗng cà phê gia vị bí ngô.

1 thìa cà phê quế.

1/2 thìa cà phê bột nghệ.

1/4 cốc ngòi ca cao thô (hoặc sô cô la chip không có nhật ký).

Một ít quả hồ đào cắt lát (không bắt buộc nhưng rất nên làm!).

1/2 muỗng cà phê baking soda.

1 muỗng cà phê bột nở.

HƯỚNG:

Đêm trước khi làm bánh kếp, đặt các thành phần xốp qua đêm vào một cái bát không phản ứng. Trộn đều, bọc bằng màng bọc thực phẩm và để qua đêm.

Vào buổi sáng, trước khi bạn làm bánh kếp, hãy cho tất cả các thành phần khác (trừ bột nở và muối nở) vào miếng bọt biển để qua đêm. Khuấy đều.

Làm nóng chảo chống dính trên lửa vừa.

Thêm baking soda và bột nở vào bột và cẩn thận khuấy chúng vào.

Cho 1/4 chén bột vào chảo cho mỗi chiếc bánh và chiên cho đến khi bạn thấy bong bóng hình thành trên bề mặt bánh và các cạnh khô lại.

8. Bánh nướng phong dâu

THÀNH PHẦN:

2 chén bột yến mạch.

1/3 cốc sữa hạnh nhân.

1 chén dâu tây.

Một nắm nho khô.

5 muỗng canh dầu dừa.

5 muỗng xi-rô phong.

1 muỗng canh bột nở.

1 1/2 muỗng cà phê chiết xuất vani.

1 thìa cà phê quế.

1/2 muỗng cà phê thảo quả (tùy chọn).

Rắc muối.

HƯỚNG:

Thêm dầu dừa và dùng dao hoặc nĩa cắt bánh ngọt, cắt và trộn dầu dừa vào hỗn hợp bột yến mạch cho đến khi tạo thành một khối bột nhão. Ngay khi nguội, thêm các miếng dâu tây, quả lý chua và từ từ cho tất cả các nguyên liệu ướt vào. Trộn từ từ các thành phần khô và ướt cho đến khi hòa quyện - chú ý không trộn quá kỹ.

Trên một khay nướng có lót giấy da, tạo thành một hình tròn từ bột - nó phải dày 1 inch. Cắt thành tám miếng hình tam giác và nướng trong 15-17 phút. Thích thú với mứt, một giọt mật ong hoặc bơ hạt!

9. Xôi đậu phụ cải bó xôi

KEM CHUA:

75 g hạt điều thô ngâm qua đêm,

30ml nước cốt chanh,

5 g men dinh dưỡng,

60 ml nước 1 nhúm muối ngon,

TRÒ CHUYỆN ĐẬU HỦ:

15ml dầu ô liu.

1 củ hành tây nhỏ, thái hạt lựu.

1 tép tỏi, băm nhỏ.

400 đậu phụ cứng, ép, vụn.

1/2 muỗng cà phê thì là xay.

1/2 muỗng cà phê bột cà ri.

1/2 thìa cà phê bột nghệ.

2 quả cà chua, thái hạt lựu.

30 g rau mồng tơi

Muối, để hương vị .

HƯỚNG:

Làm kem chua hạt điều; rửa sạch và để ráo hạt điều đã ngâm.

Cho hạt điều, nước cốt chanh, men dinh dưỡng, nước và muối vào máy xay thực phẩm.

Xay ở tốc độ cao cho đến khi mị n, trong 5-6 phút.

Chuyển sang một cái bát và đặt sang một bên. Làm món đậu phụ rán; làm nóng dầu ô liu trong chảo.

Thêm hành tây và nấu 5 phút ở nhiệt độ trung bình cao.

Thêm tỏi và nấu khuấy, trong 1 phút.

Thêm đậu phụ vụn và khuấy đều với dầu.

Thêm thì là, cà ri và nghệ. Nấu đậu phụ trong 2 phút.

Thêm cà chua và nấu trong 2 phút.

Thêm rau bina và nấu, đảo cho đến khi héo hoàn toàn, khoảng 1 phút. Bày đậu phụ xào ra đĩa.

Top với một loại kem chua và phục vụ.

10. Yến mạch chia qua đêm

THÀNH PHẦN:

Sữa đậu nành nguyên kem 470ml.

90 g yến mạch cán mỏng.

40 g hạt chia.

15 ml xi-rô phong nguyên chất.

25 g quả hồ trăn nghiền.

Blackberry Jam:

500 g quả mâm xôi.

45 ml xi-rô phong nguyên chất.

30ml nước.

45 g hạt chia.

15ml nước cốt chanh.

HƯỚNG:

Làm tổ yến; trong một bát lớn, kết hợp sữa đậu nành, yến mạch, hạt chia và xi-rô cây phong.

Che và làm lạnh qua đêm.

Làm mứt; kết hợp quả mâm xôi, xi-rô cây phong và nước trong nồi. Đun trên lửa vừa trong 10 phút.

Thêm hạt chia và đun sôi quả mâm xôi trong 10 phút.

Tắt bếp và khuấy trong nước cốt chanh. Nghiền quả mâm xôi bằng nĩa và đặt sang một bên để nguội.

Tập hợp; chia bột yến mạch cho bốn bát phục vụ.

Đổ mứt dâu đen lên trên mỗi bát.

Rắc quả hồ trăn trước khi phục vụ.

11. Cháo quinoa rau dền

THÀNH PHẦN:

85 g hạt diêm mạch .

rau dền 70 g .

460ml nước.

115 ml sữa đậu nành không đường.

1/2 muỗng cà phê bột vani.

15 g bơ hạnh nhân.

30 ml xi-rô phong nguyên chất.

10 g hạt bí ngô sống.

10 g hạt lựu.

HƯỚNG:

Kết hợp quinoa, rau dền và nước.

Đun sôi ở nhiệt độ trung bình cao.

Giảm nhiệt và đun nhỏ lửa, thỉ nh thoảng khuấy trong 20 phút. Khuấy sữa và xi-rô cây thích.

Đun nhỏ lửa trong 6-7 phút. Tắt bếp và cho vani, bơ hạnh nhân vào khuấy đều.

Để yên hỗn hợp trong 5 phút.

Chia cháo giữa hai bát.

Trên cùng với hạt bí ngô và hạt lựu.

12. Bánh nuóng xốp đậu lăng cacao

THÀNH PHẦN:

195 g đậu đỏ nấu chín.

50ml dầu dừa đun chảy.

45 ml xi-rô phong nguyên chất.

60ml sữa hạnh nhân không đường.

60ml nước.

60 g bột ca cao thô.

120 g bột mì nguyên cám.

20 g bột đậu phộng.

10 g bột nở

70 g sô cô la chip thuần chay.

HƯỚNG:

Làm nóng lò ở 200° C/400° F.

Dòng hộp bánh muffin 12 lỗ với hộp giấy.

Cho đậu lăng đỏ đã nấu chín vào máy xay thực phẩm. Trộn trên cao cho đến khi mị n. Chuyển đậu lăng xay nhuyễn vào một cái bát lớn. Khuấy dầu dừa, xi-rô cây thích, sữa hạnh nhân và nước.

Trong một bát riêng, đánh bột ca cao, bột mì nguyên cám, bột đậu phộng và bột nở.

Cho các nguyên liệu lỏng vào và khuấy đều cho đến khi vừa kết hợp.

Thêm sô cô la chip và khuấy cho đến khi kết hợp.

Chia bột cho 12 hộp giấy.

Gõ nhẹ hộp bánh muffin lên kệ bếp để loại bỏ không khí.

Nướng bánh nướng xốp trong 15 phút.

Làm mát bánh nướng xốp trên giá dây.

13. Bánh crepe đậu xanh với nấm

NGUYÊN LIỆU bánh crepe:

140 g bột đậu xanh.

30 g bột đậu phộng.

5 g men dinh dưỡng.

5 g bột cà ri.

350ml nước.

Muối, để hương vị .

Đổ đầy:

10ml dầu ô liu.

4 mũ nấm portabella, thái lát mỏng.

1 củ hành tây, thái lát mỏng.

30 g rau mồng tơi.

Muối và hạt tiêu cho vừa ăn.

Mayo thuần chay:

HƯỚNG:

làm mayo

Đánh bằng máy trộn cầm tay trong 30 giây.

Đặt máy trộn ở tốc độ cao nhất. Rưới dầu bơ và đánh trong 10 phút hoặc cho đến khi bạn có một hỗn hợp giống như sốt mayonnaise.

Nêm muối và để tủ lạnh trong 1 giờ.

Làm bánh crepe; kết hợp bột đậu xanh, bột đậu phộng, men dinh dưỡng, bột cà ri, nước và muối cho vừa ăn trong máy xay thực phẩm.

Đun nóng chảo chống dính lớn trên lửa vừa và cao. Xị t chảo với một ít dầu ăn.

Đổ 1/4 chén bột vào chảo và với một chuyển động xoáy, phân phối bột khắp đáy chảo.

Nấu bánh crepe trong 1 phút mỗi bên. Trượt bánh crepe lên đĩa và giữ ấm.

Làm nhân bánh; đun nóng dầu ô liu trong chảo trên lửa vừa và cao.

Thêm nấm và hành tây và nấu trong 6-8 phút.

Thêm rau bina và quăng cho đến khi héo, trong 1 phút.

Nêm muối và hạt tiêu và chuyển vào một cái bát lớn.

Cho mayo thuần chay đã chuẩn bị vào.

14. Bánh mì nướng khoai lang

THÀNH PHẦN:

2 củ khoai lang lớn, thái lát mỏng.

lát dày 1/4 inch .

1 thìa dầu bơ.

1 muỗng cà phê muối 1/2 chén guacamole.

1/2 chén cà chua, thái lát.

HƯỚNG:

Làm nóng lò nướng của bạn ở nhiệt độ 425° F.

Che một tấm nướng bằng giấy da.

Xoa các lát khoai tây với dầu và muối rồi đặt lên khay nướng. Nướng trong 5 phút trong lò, sau đó lật và nướng lại trong 5 phút.

Phủ bơ và cà chua lên trên các lát nướng.

S NACK

15. Nồi snack protein xanh

THÀNH PHẦN:

8 oz đậu edamame, đông lạnh.

8 oz đậu Hà Lan, đông lạnh.

4 muỗng canh hạt mè.

4 muỗng canh nước tương (ít natri).

Tương ớt tùy sở thích, tùy khẩu vị .

Rau mùi, tùy chọn.

HƯỚNG:

Đặt đậu Hà Lan đông lạnh và edamame vào một cái bát an toàn với lò vi sóng. Thêm một giọt nước và rã đông trong lò vi sóng trong khoảng 30 giây để nó đạt đến nhiệt độ phòng.

Trong một hộp nhỏ, chậu hoặc thùng chứa, đặt hạt cùng với đậu Hà Lan và đậu.

Xào qua nước tương, ớt và ngò rí trước khi ăn. Thưởng thức!

16. Quinoa muffin cắn

THÀNH PHẦN:

1 1/2 chén quinoa đã chuẩn bị .

2 quả trứng, đánh tan.

1/2 chén khoai lang nghiền nhuyễn.

1/2 chén đậu đen.

1 muỗng canh rau mùi xắt nhỏ.

1 muỗng cà phê thì là.

1 thìa cà phê ớt bột.

1/2 thìa cà phê bột tỏi.

1/2 thìa cà phê muối.

1/8 muỗng cà phê tiêu đen.

Bình xịt nấu ăn.

HƯỚNG:

Làm nóng lò trước ở nhiệt độ 350° F. cho tất cả các nguyên liệu vào một bát lớn và trộn cho đến khi mọi thứ quyện vào nhau.

Dùng thìa múc hỗn hợp vào các khuôn bánh muffin và vỗ nhẹ lên trên mỗi khuôn. Nướng cho đến khi chín và giữ lại với nhau khoảng 15-20 phút .

17. thanh protein thuần chay

THÀNH PHẦN:

1/3 chén rau dền.

3 muỗng canh vani hoặc bột protein thuần chay không hương vị .

1 1/2-2 thìa xi-rô phong.

(Nếu dễ ăn các loại hạt), 1 chén bơ đậu phộng hoặc bơ hạnh nhân (hoặc bơ mặt trời).

2-3 muỗng canh sô cô la đen thuần chay tan chảy.

HƯỚNG:

Bật rau dền của bạn bằng cách đun nóng một cái nồi lớn trên lửa vừa và cao.

Thêm bơ đậu phộng hoặc bơ hạnh nhân và xi-rô cây phong vào một bát trộn vừa và khuấy đều để hòa quyện.

Thêm bột protein và khuấy đều.

Cho từng ít rau dền đã cắt nhỏ vào cho đến khi bạn có kết cấu "bột" lỏng. Hãy thận trọng để không thêm quá nhiều, nếu không các thanh có thể mất độ dính và không dính vào nhau.

Chuyển hỗn hợp vào đĩa nướng và ấn xuống để tạo thành một lớp đều. Đặt giấy da hoặc màng bọc thực phẩm lên trên và sử dụng những thứ có đáy phẳng như cốc đong chất lỏng để ấn xuống và đổ hỗn hợp thành một lớp đều, chắc.

Chuyển sang tủ đông để đặt trong 10-15 phút hoặc cho đến khi chạm vào. Sau đó nâng ra và cắt thành 9 thanh. Thưởng thức nguyên chất hoặc rưới thêm một chút sô cô la đen tan chảy.

Những thứ này hơi mềm ở mức nhiệt độ phòng, vì vậy hãy bảo quản trong tủ lạnh (khoảng 5 ngày) hoặc ngăn đá.

18. PB & J năng lượng cắn

THÀNH PHẦN:

1/2 chén bơ đậu phộng muối mị n.

1/4 cốc xi-rô phong.

2 muỗng canh bột protein thuần chay.

1 1/4 chén yến mạch cán mỏng không chứa gluten.

2 1/2 muỗng canh bột hạt lanh.

2 thìa hạt chia.

1/4 chén trái cây sấy khô.

HƯỚNG:

Cho vào một bát trộn lớn, thêm bơ đậu phộng, xi-rô cây phong và bột protein, yến mạch cán mỏng, bột hạt lanh, hạt chia và trái cây sấy khô tùy chọn. Nếu quá khô/vỡ vụn, hãy cho thêm bơ đậu phộng hoặc xi-rô phong.

Làm lạnh trong tủ lạnh trong 5 phút. Múc một lượng 1 1/2 muỗng canh và vo thành những viên tròn. "Bột" phải mang lại khoảng 13-14 quả bóng.

Thưởng thức ngay lập tức và bảo quản thức ăn thừa được đậy kín trong tủ lạnh trong 1 tuần hoặc trong ngăn đá khoảng 1 tháng.

19. Hummus cà rốt nướng

THÀNH PHẦN:

1 hộp đậu chickpeas, rửa sạch và để ráo nước.

3 củ cà rốt.

1 tép tỏi.

1 thìa cà phê ớt bột.

1 muỗng canh tahini.

Nước cốt của 1 quả chanh

2 muỗng canh dầu ô liu nguyên chất bổ sung.

6 muỗng canh nước.

1/2 muỗng cà phê bột thì là.

Muối để nếm thử.

HƯỚNG:

Làm nóng lò nướng ở nhiệt độ 400° F. Rửa sạch, gọt vỏ cà rốt rồi cắt thành từng miếng nhỏ, xếp lên khay nướng với một ít dầu ô liu, một chút muối và nửa thìa cà phê ớt bột. Nướng khoảng 35 phút cho đến khi cà rốt mềm.

Lấy chúng ra khỏi lò và để nguội.

Trong khi chúng nguội, chuẩn bị món khai vị : đậu xanh rửa sạch và để ráo nước rồi cho vào máy xay thực phẩm cùng với các hoạt chất còn lại và quy trình cho đến khi bạn thấy một hỗn hợp đồng nhất. Sau đó thêm cà rốt và tỏi và quy trình lại!

20. thanh quinoa căng phồng

THÀNH PHẦN:

3 thìa dầu dừa.

1/2 chén bột ca cao thô.

1/3 chén xi-rô phong.

1 muỗng tahini

1 thìa cà phê quế.

1 muỗng cà phê bột vani.

Muối biển.

HƯỚNG:

Trong một chảo nhỏ trên lửa vừa và thấp, làm tan chảy dầu dừa, ca cao thô, tahini, quế, biển phong, xi-rô và muối vani với nhau cho đến khi tạo thành hỗn hợp sô cô la đặc hơn.

Cho nước sốt sô cô la lên trên hạt quinoa và trộn đều. Múc một thìa lớn khoai tây chiên giòn sô cô la vào các cốc nướng nhỏ.

Cho chúng vào tủ đông tối thiểu 20 phút để cứng lại. Cất vào ngăn đá tủ lạnh và thưởng thức thôi nào!

21. Bánh sô cô la

THÀNH PHẦN:

2 chén bột mì đa dụng không chứa gluten.

1 thìa cà phê baking soda.

1 muỗng cà phê muối biển.

1/4 cốc sữa chua thuần chay.

7 muỗng canh bơ thuần chay.

3 muỗng canh bơ hạt điều

1 1/4 chén đường dừa.

2 quả trứng chia.

Thanh sô cô la đen, ăn trộm các phần.

HƯỚNG:

Làm nóng lò ở 375° F

Trong một bát trộn cỡ trung bình, trộn bột mì không chứa gluten, muối và baking soda. Đặt sang một bên trong khi bạn làm tan chảy bơ.

Cho bơ, sữa chua, bơ hạt điều, đường dừa vào tô và sử dụng máy trộn hoặc máy trộn cầm tay, trộn trong vài phút cho đến khi kết hợp.

Thêm trứng chia và trộn đều.

Thêm bột vào hỗn hợp trứng chia và trộn ở mức thấp nhất cho đến khi hòa quyện.

Gấp trong khối sô cô la.

Đặt bột vào tủ lạnh để đặt trong 30 phút.

Lấy bột ra khỏi tủ lạnh và để bột xuống nhiệt độ phòng, khoảng 10 phút, và lót một tấm bánh quy bằng giấy da.

Dùng tay múc 1 1/2 muỗng canh bột bánh quy lên giấy da. Để lại một khoảng trống nhỏ ở giữa mỗi cookie.

Nướng bánh trong 9-11 phút. Thích thú!

22. Đậu Nhật ngâm vỏ

THÀNH PHẦN:

1/2 chén hành tím thái lát.

Nước cốt của 1 quả chanh.

Muối biển.

Một nắm ngò.

Cà chua thái hạt lựu (tùy chọn).

Bột ớt.

HƯỚNG:

Chỉ cần xay hành tây trong máy xay trong vài giây. Sau đó, thêm phần còn lại của các thành phần hoạt tính và xay cho đến khi edamame được trộn thành các phần lớn.

Hãy tận hưởng khi phết lên bánh mì nướng, cho bánh mì sandwich, làm nước chấm hoặc nước sốt pesto!

23. Ly hạt điều matcha

THÀNH PHẦN:

2/3 cốc bơ ca cao.

3/4 cốc bột ca cao.

1/3 chén xi-rô phong.

1/2 chén bơ hạt điều, hoặc bất kỳ thứ gì bạn muốn.

2 muỗng cà phê bột matcha .

Muối biển.

HƯỚNG:

Đổ đầy một cái chảo nhỏ với 1/3 cốc nước và đặt một cái bát lên trên, đậy nắp chảo. Khi bát nóng và nước bên dưới đang sôi làm tan chảy bơ ca cao bên trong bát, vặn lửa và. Khi nó đã tan chảy, tắt bếp, cho xi-rô phong và bột ca cao vào khuấy đều trong vài phút cho đến khi sô cô la đặc lại.

Sử dụng khay đựng bánh cupcake cỡ trung bình, đổ đầy một thìa hỗn hợp sô cô la vào lớp dưới cùng. Khi bạn đã đổ đầy tất cả các ngăn đựng bánh nướng nhỏ, hãy cho chúng vào ngăn đá tủ lạnh trong 15 phút để đông cứng.

Lấy sô cô la đông lạnh ra khỏi tủ đông và đổ 1 muỗng canh bột matcha / bơ hạt điều lên trên lớp sô cô la đông lạnh. Ngay sau khi điều này được thực hiện, hãy đổ sô cô la tan chảy còn lại lên trên mỗi viên kẹo để nó bao phủ mọi thứ. Rắc muối biển và để yên trong tủ đá trong 15 phút.

24. Chickpea sô cô la lát

THÀNH PHẦN:

400 g đậu xanh, rửa sạch, để ráo nước.

250 g bơ hạnh nhân.

70 ml xi-rô phong.

15ml bột vani .

1 nhúm muối .

2g bột nở.

2g muối nở.

40 g sô cô la chip thuần chay.

HƯỚNG:

Làm nóng lò ở 180° C/350° F.

Bôi trơn chảo nướng lớn bằng dầu dừa.

Kết hợp đậu xanh, bơ hạnh nhân, xi-rô cây thích, vani, muối, bột nở và muối nở trong máy xay thực phẩm.

Xay đến khi mị n. Khuấy một nửa sô cô la chip phết bột vào chảo nướng đã chuẩn bị .

Rắc sô cô la chip dành riêng.

Nướng trong 45-50 phút hoặc cho đến khi tăm cắm vào sạch sẽ.

Để nguội trên giá dây trong 20 phút. Cắt lát và phục vụ.

25. Bánh quy xanh ngọt ngào

THÀNH PHẦN:

165 g đậu xanh.

80 g quả chà là xắt nhỏ .

60 g đậu hủ non, tán nhuyễn.

100 g bột hạnh nhân.

1 muỗng cà phê bột nở.

12 quả hạnh nhân.

HƯỚNG:

Làm nóng lò ở 180° C/350° F.

Kết hợp đậu Hà Lan và chà là trong một bộ xử lý thực phẩm.

Xử lý cho đến khi hỗn hợp đặc sệt được hình thành.

Chuyển hỗn hợp đậu vào một cái bát. Khuấy đậu phụ, bột hạnh nhân và bột nở. Đị nh hình hỗn hợp thành 12 quả bóng.

Sắp xếp các quả bóng lên tấm nướng, lót bằng giấy da. Làm phẳng từng quả bóng bằng lòng bàn tay có dầu.

Chèn một quả hạnh vào mỗi cookie. Nướng bánh quy trong 25-30 phút hoặc cho đến khi vàng nhẹ.

Để nguội trên giá dây trước khi phục vụ.

26. thanh chuối

THÀNH PHẦN:

130 g bơ đậu phộng mị n.

60 ml xi-rô phong.

1 quả chuối, nghiền nhuyễn.

45ml nước.

15 g hạt lanh xay.

95 g quinoa nấu chín.

25 g hạt chia.

5ml vani.

90 g yến mạch nấu nhanh.

55 g bột mì nguyên cám.

5g bột nở.

5g quế.

1 nhúm muối.

PHỦ BÊN TRÊN THỨC ĂN:

5ml dầu dừa đun chảy.

30 g sô cô la thuần chay, cắt nhỏ.

HƯỚNG:

Làm nóng lò ở 180° C/350° F.

Lót khay nướng 16cm bằng giấy da.

Kết hợp hạt lanh và nước trong một bát nhỏ. Đặt sang một bên 10 phút.

Trong một bát riêng, kết hợp bơ đậu phộng, xi-rô cây thích và chuối. Gấp trong hỗn hợp hạt lanh.

Khi bạn đã có một hỗn hợp mị n, hãy khuấy quinoa, hạt chia, chiết xuất vani, yến mạch, bột mì nguyên chất, bột nở, quế và muối.

Đổ bột vào món nướng đã chuẩn bị . Cắt thành 8 thanh.

Nướng các thanh trong 30 phút.

Trong khi chờ đợi, làm topping; kết hợp sô cô la và dầu dừa trong một cái bát chị u nhiệt. Đặt trên nước sôi, cho đến khi tan chảy.

Tháo các thanh ra khỏi lò. Đặt trên giá dây trong 15 phút để nguội. Lấy các thanh ra khỏi đĩa nướng và rắc sô cô la lên trên. Phục vụ.

27. bánh rán protein

THÀNH PHẦN:

85 g bột dừa.

110 g bột đạm gạo lứt nảy mầm hương vani.

25 g bột hạnh nhân.

50 g đường thốt nốt.

30ml dầu dừa đun chảy.

8g bột nở.

sữa đậu nành 115ml.

1/2 muỗng cà phê giấm táo.

1/2 muỗng cà phê bột vani.

1/2 thìa cà phê quế.

30ml táo hữu cơ.

Thêm vào:

30 g đường bột dừa.

10 g quế.

HƯỚNG:

Trong một cái bát, kết hợp tất cả các thành phần khô.

Trong một bát riêng, đánh sữa với sốt táo, dầu dừa và giấm rượu táo.

Gấp các thành phần ướt vào khô và khuấy cho đến khi trộn đều.

Làm nóng lò nướng ở nhiệt độ 180° C/350° F và bôi mỡ khuôn bánh rán 10 lỗ.

Thìa bột đã chuẩn bị vào chảo bánh rán mỡ.

Nướng bánh rán trong 15-20 phút.

Trong khi bánh rán vẫn còn ấm, rắc đường dừa và quế. Phục vụ ấm áp.

28. bánh quy hạnh nhân

THÀNH PHẦN:

100 g bột hạnh nhân.

60 g bột protein gạo hương vani.

80 g bơ hạnh nhân hoặc bất kỳ loại bơ hạt nào.

10 giọt cỏ ngọt.

15ml dầu dừa.

15g nước cốt dừa.

40 g sô cô la chip thuần chay.

HƯỚNG:

Kết hợp bột hạnh nhân và bột protein trong một bát lớn.

Cho bơ hạnh nhân, Stevia, dầu dừa và kem dừa vào.

Nếu hỗn hợp quá vụn, hãy thêm một ít nước. Cho sô cô la đã cắt nhỏ vào và khuấy đều cho đến khi hòa quyện.

Đị nh hình hỗn hợp thành 16 quả bóng.

Bạn có thể lăn thêm các viên bột vào bột hạnh nhân.

29. Đậu phụ mè mật ong

THÀNH PHẦN:

12 ounce đậu phụ siêu cứng, để ráo nước và vỗ cho khô.

Dầu hoặc bình xị t nấu ăn.

2 muỗng canh nước tương giảm natri hoặc tamari.

3 nhánh tỏi, băm nhuyễn.

1 thìa mật ong.

1 muỗng canh gừng tươi đã gọt vỏ.

1 muỗng cà phê dầu mè nướng.

1 pound đậu xanh, cắt nhỏ.

2 muỗng canh dầu ô liu.

1/4 muỗng cà phê hạt tiêu đỏ (tùy chọn).

Muối kosher.

Tiêu đen mới xay.

1 củ hành vừa, thái lát rất mị n.

1/4 muỗng cà phê hạt mè.

HƯỚNG:

Đặt sang một bên trong 10 đến 30 phút. Đánh đều nước tương hoặc tamari, tỏi, mật ong, gừng và dầu mè với nhau trong một bát lớn; để qua một bên.

Cắt đậu phụ thành hình tam giác và xếp thành một lớp duy nhất trên một nửa khay nướng đã chuẩn bị . Mưa phùn với hỗn hợp nước tương. Nướng cho đến khi vàng nâu ở phía dưới, 12 đến 13 phút.

Xoay đậu phụ. Xếp từng lớp đậu xanh lên nửa còn lại của khay nướng. Rưới dầu ô liu và rắc ớt đỏ lên; Nêm với muối và hạt tiêu.

Quay trở lại lò nướng và nướng cho đến khi đậu phụ có màu nâu vàng ở mặt thứ hai, thêm 10 đến 12 phút nữa. Rắc hành lá và hạt vừng và dùng ngay.

TRÁNG MIỆNG

30. Torte với nhân chanh

VỎ MERINGUE

3 lòng trắng trứng lớn

$\frac{1}{4}$ muỗng cà phê kem cao răng

$\frac{1}{4}$ muỗng cà phê muối kosher

10 gói chất làm ngọt aspartame

ĐỔ ĐẦY

2$\frac{1}{4}$ cốc nước

Vỏ bào của 1 quả chanh cộng với nước cốt

30 gói chất tạo ngọt aspartame

1/3 chén cộng với 2 muỗng canh bột bắp

2 quả trứng lớn & 2 lòng trắng trứng lớn

2 muỗng canh bơ không ướp muối

Đánh 3 lòng trắng trứng trong tô vừa cho đến khi sủi bọt. Thêm cream of tartar, muối và chất tạo ngọt vào và đánh cho bông cứng. Lót một tấm nướng bằng giấy da và đổ bánh trứng đường lên giấy.

Trong khi đó, làm nhân: Trộn nước, vỏ chanh và nước cốt, muối, chất làm ngọt và bột ngô trong một cái chảo vừa. Đun sôi trên lửa vừa và cao, khuấy liên tục.

Đánh hai quả trứng và hai lòng trắng trứng trong một cái bát nhỏ. Khuấy khoảng một nửa hỗn hợp bột ngô nóng, sau đó khuấy hỗn hợp trứng này trở lại vào hỗn hợp bột ngô còn lại trong chảo. Nấu và khuấy trên lửa nhỏ trong 1 phút.

Tắt bếp và cho bơ vào khuấy đều. Đổ hỗn hợp vào vỏ meringue đã nấu chín và để nguội. Rắc dâu tây thái lát lên trên và dùng ngay.

31. Nuớc xốt sô cô la amaretto

3 ounce sô cô la nướng không đường

1 chén kem nặng

24 gói chất làm ngọt aspartame

1 muỗng canh đường

1 muỗng cà phê amaretto

1 muỗng cà phê chiết xuất vani

Các loại quả bạn chọn, khoảng $\frac{1}{2}$ cốc mỗi khẩu phần

Bẻ sô cô la thành từng miếng nhỏ và cho vào ly thủy tinh 2 cốc cùng với kem. Đun trong lò vi sóng ở nhiệt độ cao (100 phần trăm công suất), cho đến khi sô cô la tan chảy, khoảng 2 phút (hoặc đun trong nồi hấp đôi ở nhiệt độ thấp, khuấy liên tục). Đánh cho đến khi hỗn hợp sáng bóng.

Thêm chất làm ngọt, đường, amaretto và vani, đánh cho đến khi hỗn hợp mị n.

Chuyển hỗn hợp vào nồi nước xốt hoặc bát phục vụ. Ăn kèm với quả mọng để ngâm.

32. Bánh flan với quả mâm xôi

THÀNH PHẦN:

1 ly sữa

1 chén ruỡi

2 quả trứng lớn

2 lòng đỏ trứng lớn

6 gói chất làm ngọt aspartame

$\frac{1}{4}$ muỗng cà phê muối kosher

1 muỗng cà phê chiết xuất vani

1 chén quả mâm xôi tươi

Đặt chảo rang chứa đầy 1 inch nước trên giá ở phần dưới của lò nướng.

Bơ ramekins sáu $\frac{1}{2}$ inch. Đun nóng sữa và sữa ruỡi trong lò vi sóng ở nhiệt độ cao (công suất 100 phần trăm) trong 2 phút hoặc trên bếp trong nồi vừa cho đến khi ấm.

Trong khi đó, đánh trứng và lòng đỏ trứng trong một bát vừa cho đến khi sủi bọt. Dần dần trộn hỗn hợp sữa nóng vào trứng. Khuấy chất làm ngọt, muối và vani. Đổ hỗn hợp vào ramekins đã chuẩn bị .

Cho vào chảo chứa đầy nước và nướng cho đến khi sữa trứng đông lại, khoảng 30 phút.

Lấy các đĩa ra khỏi chảo rang và để nguội đến nhiệt độ phòng trên giá dây, sau đó cho vào tủ lạnh cho đến khi lạnh, khoảng 2 giờ.

Để làm coulis, chỉ cần xay nhuyễn quả mâm xôi trong máy xay thực phẩm. Thêm chất ngọt để hương vị .

Để phục vụ, hãy dùng thìa chạy xung quanh mép của từng viên sữa trứng và bày ra đĩa tráng miệng. Rưới coulis lên trên mặt sữa trứng và kết thúc bằng một ít quả mâm xôi tươi và một nhánh bạc hà, nếu dùng.

33. Bánh sô-cô-la

THÀNH PHẦN:

Ca cao để lau chảo

6 muỗng canh bơ không ướp muối

4 ounces sô cô la không đường

1/3 chén rượi

1/3 chén mứt quả mâm xôi

1 muỗng cà phê bột espresso hòa tan

1 muỗng canh đường

3 quả trứng lớn, tách ra

1 muỗng cà phê chiết xuất vani

22 gói chất làm ngọt aspartame

$\frac{1}{8}$ muỗng cà phê kem cao răng

$\frac{1}{4}$ chén bột mì đa dụng

$\frac{1}{8}$ muỗng cà phê muối

1 chén kem nặng

$\frac{1}{2}$ chén quả mâm xôi để trang trí (tùy chọn)

Kết hợp bơ, sô cô la, nửa rưỡi, quả mâm xôi và bột cà phê espresso trong đĩa an toàn với lò vi sóng. Đun nóng trong lò vi sóng ở mức cao (công suất 100 phần trăm) cho đến khi sô cô la tan chảy, từ 2 đến 3 phút.

Đánh bông đường, lòng đỏ trứng và vani. Thêm aspartame, đánh cho đến khi mị n.

Trong một bát khác, đánh lòng trắng trứng cho đến khi sủi bọt, sau đó thêm cream of tartar và đánh đến bông cứng. Cho hỗn hợp sô cô la vào lòng trắng trứng, sau đó cho bột mì và muối đã trộn vào, chú ý không trộn quá kỹ. Đổ vào chảo đã chuẩn bị . Nướng.

34. bánh flan

THÀNH PHẦN:

$1\frac{1}{4}$ cốc sữa nguyên chất

4 quả trứng lớn

3 gói chất làm ngọt aspartame, hoặc để nếm thử

1 muỗng canh đường

1 muỗng cà phê chiết xuất vani

1 muỗng cà phê chiết xuất hạnh nhân (tùy chọn)

$\frac{1}{4}$ chén hạnh nhân cắt nhỏ

$\frac{1}{2}$ cốc quả mọng bạn chọn để trang trí (không bắt buộc)

Đặt chảo rang chứa đầy 1 inch nước vào lò và làm nóng trước ở nhiệt độ 325°F. 4 cốc ramekins bơ hoặc cốc sữa trứng.

Hâm nóng sữa trong bát 1 lít, dùng được trong lò vi sóng trong 2 phút ở chế độ cao (100% công suất). Ngoài ra, đun nóng trên bếp trong một cái chảo vừa để đun sôi.

Trong khi đó, trong một bát khác, đánh đều trứng, chất làm ngọt, đường, vani và chiết xuất hạnh nhân, nếu sử dụng. Đổ sữa nóng vào hỗn hợp trứng và khuấy đều.

Nướng hạnh nhân bằng cách đun nóng chúng trong chảo khô nhỏ cho đến khi chúng bắt đầu chuyển sang màu nâu, khoảng 1 phút. Chia hạnh nhân cho 4 ramekin, sau đó đổ đầy sữa trứng. Bọc bằng giấy nhôm. Đặt ramekins vào bồn nước. Nướng cho đến khi sữa trứng đông lại, khoảng 20 phút. Để kiểm tra, hãy đưa một con dao vào giữa; nó sẽ đi ra sạch sẽ.

Phục vụ ở nhiệt độ phòng hoặc ướp lạnh. Để phục vụ, hãy luồn một con dao quanh mép ramekin, sau đó cho bánh flan ra đĩa tráng miệng. Nếu muốn, hãy thêm ½ cốc quả mọng bạn chọn.

35. dâu tây gia vị

THÀNH PHẦN:

2 cốc dâu tây cắt đôi

1 muỗng canh đường

2 muỗng cà phê giấm sherry

$\frac{1}{4}$ muỗng cà phê tiêu đen xay mị n

Quăng quả mọng với đường, giấm và hạt tiêu trong một bát vừa. Đậy nắp và làm lạnh trong ít nhất 15 phút.

Phục vụ trong các món tráng miệng chân.

36. Blackberry ngốc

THÀNH PHẦN:

1 cốc crème fraîche , hoặc 1 thìa kem chua cộng với 1 cốc kem nặng

1 chén quả mâm xôi

1 muỗng canh đường

1 gói chất làm ngọt aspartame, hoặc để nếm thử

$\frac{1}{8}$ muỗng cà phê crème de cassis

Nếu bạn không thể mua crème fraîche , chỉ cần trộn kem chua và kem nặng. Đậy nắp và để yên ở nhiệt độ phòng từ 6 đến 8 giờ. Làm lạnh, đậy nắp, 24 giờ trước khi sử dụng.

Đặt sang một bên 6 quả mâm xôi tuyệt đẹp. Kết hợp các loại quả mọng còn lại với đường, chất làm ngọt, crème de cassis và crème fraîche . Nhẹ nhàng trộn, sau đó múc vào các món tráng miệng có chân. Đậy nắp và làm lạnh cho đến khi phục vụ. Trang trí với các loại quả dành riêng.

37. Zabaglione

THÀNH PHẦN:

6 lòng đỏ trứng lớn

2 gói chất làm ngọt aspartame

$\frac{1}{4}$ cốc Marsala

1 muỗng canh vỏ cam nghiền

3 muỗng canh Grand Marnier

1 cốc kem nặng, đánh bông mềm

Đánh lòng đỏ trứng và chất làm ngọt trong nồi đun đôi, đặt trên nước sôi, cho đến khi có màu vàng nhạt và đặc, từ 3 đến 5 phút.

Thêm Marsala và vỏ cam và tiếp tục nấu, khuấy mạnh cho đến khi hỗn hợp đặc lại đủ để phủ lên mặt sau của thìa.

Tắt bếp và khuấy trong Grand Marnier.

Chia cho bốn món tráng miệng. Phục vụ ấm hoặc ướp lạnh. Lên trên mỗi khẩu phần với $\frac{1}{4}$ cốc kem tươi. Ngoài ra, làm lạnh zabaglione và cho kem tươi vào, sau đó chia cho các món tráng miệng.

38. Quả mâm xôi và kem

THÀNH PHẦN:

½ cốc kem nặng

¼ muỗng cà phê chiết xuất vani

1 muỗng canh đường

½ gói chất làm ngọt aspartame

1 pint quả mâm xôi tươi

Đánh kem với vani, đường và aspartame cho đến khi tạo thành chóp mềm. Dùng thìa nghiền nát một nửa quả mâm xôi và cho vào kem.

Chia số quả còn lại vào bốn bát tráng miệng và phủ kem mâm xôi lên trên. Đậy nắp và làm lạnh cho đến khi phục vụ.

39. quả bóng trong rượu bourbon

THÀNH PHẦN:

½ chén quả dưa (dưa đỏ, crenshaw hoặc hỗn hợp)

½ cốc dâu tây cắt đôi

1 muỗng canh rượu bourbon

1 muỗng canh đường

½ gói chất làm ngọt aspartame, hoặc để nếm thử

Nhánh bạc hà tươi để trang trí

Kết hợp các viên dưa và dâu tây trong một đĩa thủy tinh.

Quăng với rượu bourbon, đường và aspartame.

Đậy nắp và làm lạnh cho đến khi phục vụ. Múc trái cây ra đĩa tráng miệng và trang trí bằng lá bạc hà.

40. xoài kiểu ấn độ

THÀNH PHẦN:

1 quả xoài chín lớn

½ quả chanh

½ muỗng cà phê bột cà ri

Cắt xoài làm đôi theo chiều dọc xung quanh đường xích đạo .

Xoắn giữa hai bàn tay của bạn để giải phóng cái hố mà bạn sẽ loại bỏ.

Điểm phần thị t của mỗi nửa, tạo thành một đường chéo đẹp mà không cắt qua da.

Xoay từng nửa quả xoài từ trong ra ngoài và bày ra đĩa tráng miệng có rắc nước cốt chanh và bột cà ri.

41. bánh phô mai Ý

THÀNH PHẦN:

2 chén phô mai ricotta tách kem

3 quả trứng lớn

2 muỗng canh bột bắp

2 gói chất làm ngọt aspartame

1½ muỗng cà phê chiết xuất chanh

1 chén quả mâm xôi tươi

¼ chén mứt nho đỏ toàn trái cây

Làm nóng lò ở nhiệt độ 325°F. Bơ một tấm bánh 9 inch. Trong một bát lớn, đánh ricotta và trứng với nhau cho đến khi mị n.

Đánh tan bột ngô, chất làm ngọt và chiết xuất chanh. Lần lượt vào đĩa bánh đã chuẩn bị . Nướng trên kệ giữa của lò trong 1 giờ hoặc cho đến khi một con dao được đưa vào giữa sẽ sạch sẽ.

Để nguội trên giá dây, sau đó làm lạnh. Top với quả mâm xôi tươi. Đun chảy chất bảo quản trong lò vi sóng ở công suất cao (100 phần trăm công suất) trong 30 giây, sau đó rưới lên quả mọng.

Làm lạnh cho đến khi phục vụ thời gian.

42. Lemon Fluff

THÀNH PHẦN:

2 quả trứng lớn, tách ra

2 cốc sữa

1 phong bì gelatin không hương vị

1 gói chất làm ngọt aspartame

1 muỗng canh đường

2 muỗng cà phê chiết xuất chanh

1 muỗng cà phê vỏ chanh nạo

Trong một cái chảo vừa, đánh lòng đỏ trứng cho đến khi dày và chanh. Khuấy sữa và gelatin và để trong 5 phút cho mềm.

Thêm chất làm ngọt và đường và nấu trên lửa nhỏ, khuấy liên tục trong 5 phút. Tắt bếp và cho nước cốt chanh và vỏ vào khuấy đều.

của chúng tôi vào một cái bát lớn, nông và làm lạnh trong một cái bát lớn chứa đầy nước đá.

Trong khi đó, trong một bát vừa, đánh lòng trắng trứng cho đến khi tạo thành các đỉ nh mềm. Gấp vào hỗn hợp chanh.

Cho vào sáu món tráng miệng và làm lạnh cho đến khi đông lại.

43. Bánh trứng đường hạnh nhân và dừa

THÀNH PHẦN:

3 lòng trắng trứng lớn

¼ muỗng cà phê muối kosher

3 gói chất làm ngọt aspartame

1 muỗng cà phê chiết xuất hạnh nhân

⅛ chén hạnh nhân thái nhỏ

½ chén dừa vụn không đường

Làm nóng lò ở 250 ° F. Trong một cái bát sạch sẽ, kết hợp lòng trắng trứng, muối và chất làm ngọt.

Đánh bằng máy đánh trứng hoặc máy đánh trứng cho đến khi lòng trắng trứng tạo thành chóp cứng. Cho chiết xuất hạnh nhân, hạnh nhân và dừa vào.

Thả từng thìa canh lên khay nướng có lót giấy da.

Nướng 30 phút, sau đó tắt lò và để bánh trứng đường nguội trong lò, không mở cửa, ít nhất 1 giờ. Bảo quản trong hộp thiếc.

ĐỒ UỐNG

44. tăng lực

THÀNH PHẦN

CĂN CỨ:

2-4 muỗng canh bột protein thuần chay.

1 thìa bột maca .

1 muỗng cà phê bột ashwagandha .

1 muỗng cà phê bột trộn nấm.

1 muỗng cà phê bột astragalus .

1/4 chén hồ đào.

2 quả hạch Brazil.

2 cốc nước nóng

Một nhúm bột stevia.

1-2 muỗng canh xi-rô cây thích hoặc chà là

BỔ SUNG:

1 muỗng canh bột ca cao.

1 muỗng canh cà phê xay.

1/2 muỗng cà phê chiết xuất vani.

• 1/2 muỗng cà phê hỗn hợp gia vị bánh táo, tùy thích.

HƯỚNG:

Trộn tất cả các hoạt chất cơ bản trừ xi-rô cây thích cho đến khi mịn, mượt và ngon. Thêm 1 đến 2 thìa xi-rô cây phong hoặc một nắm chà là nhỏ nếu bạn muốn ngọt hơn.

Bạn nên trộn các chất bổ sung nếu bạn đang sử dụng bột protein đơn giản. Bột protein mà món ăn này sử dụng hiện có cà phê và sô cô la, vì vậy nó mang lại rất nhiều hương vị thơm ngon. Đừng sử dụng bột protein có mùi vị thô!

Rắc gia vị bánh táo, nếu sử dụng, và thưởng thức!

45. Sinh tố Bánh táo

THÀNH PHẦN:

4 quả táo.

Sữa chua dừa 17 oz .

4 cốc sữa hạnh nhân.

4 thìa hạt chia.

2,1 oz yến mạch cán mỏng.

1 muỗng cà phê bột quế.

4 muỗng vani, bột protein thuần chay.

1 muỗng cà phê hạt nhục đậu khấu.

1 muỗng cà phê cỏ ngọt (tùy chọn) nếu bột protein của bạn khá ngọt, bạn sẽ không cần điều này.

HƯỚNG:

Chia các hoạt chất khô vào túi hoặc hộp cho mỗi buổi sáng sớm. Dự trữ táo của bạn để không ai có được chúng trước khi bạn làm!

Khi đến giờ ăn sáng, hãy cắt nhỏ quả táo, bỏ lõi. Thêm nó vào máy xay cùng với sữa hạnh nhân, sữa chua dừa và hộp chứa các thành phần khô đã chuẩn bị sẵn.

Trộn cho đến khi mịn và thú vị!

46. Sinh tố bánh táo xanh

THÀNH PHẦN:

1 cốc sữa hạnh nhân.

1 muỗng bột protein vani thực vật.

1/4 chén yến mạch cán mỏng không chứa gluten.

1 quả táo vừa, gọt vỏ, bỏ lõi và thái lát.

1/2 quả chuối đông lạnh.

1/2 muỗng cà phê chiết xuất vani.

1 muỗng cà phê xi-rô cây phong.

1 thìa cà phê quế.

Nhúm hạt nhục đậu khấu.

Nhúm gừng xay.

Nước đá, khi cần thiết.

HƯỚNG:

Thêm tất cả các hoạt chất vào máy trộn tốc độ cao.

Trộn trên cao cho đến khi mị n.

Thêm đá vào máy trộn nếu bạn cần sinh tố lạnh.

Rót ra ly và thưởng thức.

47. Sinh tố vani và hạt điều

THÀNH PHẦN:

2 quả chuối đông lạnh.

1 và 1/2 cốc sữa hạnh nhân.

1 thìa bơ hạt điều.

1 muỗng bột protein.

1 thìa bột maca .

HƯỚNG:

Chỉ cần trộn bất cứ thứ gì vào máy xay sinh tố tốc độ cao và trộn cho đến khi mị n và kem.

48. Chuối lắc bơ đậu phộng

LẮC:

1 quả chuối chín lớn

2 muỗng canh bơ đậu phộng muối tự nhiên

1-2 toàn bộ ngày

1 muỗng canh bột ca cao hoặc bột ca cao không đường.

Sữa hạnh nhân Almond Breeze Nguyên bản Không đường.

1/2 chén nước đá

KHÔNG BẮT BUỘC:

1 muỗng canh ngòi ca cao để tạo hiệu ứng "sô cô la chip" (trộn hoặc dùng làm topping).

1 thìa hạt lanh hoặc hạt gai dầu.

Sốt sô cô la không sữa.

Kem dừa.

HƯỚNG:

Thêm tất cả các thành phần trừ sữa hạnh nhân vào máy trộn. Thêm 1/2 cốc sữa hạnh nhân mỗi lần, chỉ cho đủ để các thành phần trộn đều với nhau. Thêm nhiều hơn để lắc nhẹ hơn và ít hơn để lắc dày hơn.

Nếm và thay đổi hương vị , bao gồm thêm chuối hoặc chà là để tạo vị ngọt, cacao để tạo vị sô cô la và bơ đậu phộng để tạo vị mặn. Tùy chọn: Thêm một nắm đá để tăng độ dày.

Tốt nhất khi còn tươi, mặc dù thức ăn thừa sẽ được đậy kín trong tủ lạnh trong khoảng 24 giờ. Bạn thậm chí có thể đóng băng nó thành kem que!

49. Sinh tố ăn sáng vani

THÀNH PHẦN:

1 quả chuối đông lạnh, thái lát

1 cốc sữa hạnh nhân vani

$\frac{1}{4}$ chén yến mạch kiểu cũ

$\frac{1}{4}$ cốc nho khô

1 muỗng canh bột hạt lanh

$\frac{1}{4}$ muỗng cà phê quế

3 muỗng canh bột protein vani

HƯỚNG:

Thêm tất cả các thành phần vào máy xay sinh tố và trộn cho đến khi rất mị n.

50. sinh tố chuối socola

THÀNH PHẦN:

bát sinh tố

1 quả chuối đông lạnh, 4 lát để làm topping

½ cốc sữa hạnh nhân hoặc sữa không đường khác

1 muỗng canh bơ hạnh nhân

1 muỗng canh bột ca cao

1 muỗng canh xi-rô phong

1 chén rau bina

toppings

4 lát chuối (từ trên xuống)

1 quả dâu tây, thái lát

2 muỗng canh sô cô la chip không sữa

2 muỗng canh hạt gai dầu thô

HƯỚNG:

Cho các nguyên liệu trong bát sinh tố vào máy xay sinh tố và xay cho đến khi mị n.

Đổ ra bát và trang trí với toppings.

MÓN CHÍNH

51. Seitan nướng trong lò

THÀNH PHẦN:

1 chén gluten lúa mì quan trọng.

3 muỗng canh men dinh dưỡng.

1 muỗng cà phê ớt bột hun khói.

1 thìa cà phê cỏ xạ hương khô hoặc 1 nhánh cỏ xạ hương tươi.

1 muỗng cà phê hương thảo khô.

1 thìa bột tỏi.

1 muỗng cà phê muối biển.

1/4 muỗng cà phê cây xô thơm khô.

1 muỗng canh nước sốt Worrouershire thuần chay.

1 muỗng canh sốt BBQ không đường.

2 muỗng canh amino lỏng (hoặc xì dầu).

1 chén nước luộc rau.

4 cốc Nước dùng rau củ để đun sôi mì căn.

HƯỚNG:

Trộn các hoạt chất khô của bạn với nhau trong một bát và các thành phần ướt của bạn trong bát thứ hai.

Kết hợp ướt với khô và nhào thành một "bột".

Nhào bột này trong khoảng 5 phút hoặc cho đến khi gluten được kích hoạt.

Đun sôi khoảng 4 cốc nước dùng rau củ ở nhiệt độ trung bình cao.

Phần lớn các món ăn yêu cầu bạn bọc seitan trong màng bọc thực phẩm trước khi ninh, nhưng đó chỉ là để giữ hình dạng và chúng tôi phát hiện ra rằng chúng tôi thích món mì mộc mạc và đậm đà hương vị nước dùng rau củ của chúng tôi.

Đơn giản chỉ cần cuộn bột seitan của bạn thành một khúc gỗ và đun nhỏ lửa trong nồi nước luộc rau có đậy nắp trong 45 phút.

Sau 45 phút, làm nóng lò nướng của bạn ở nhiệt độ 350° F và nướng seitan trên khay nướng trong 20 phút, lật mặt sau 10 phút.

52. đậu hũ

THÀNH PHẦN

ĐỐI VỚI ĐẬU HẬU CHICKPEA:

2 chén bột đậu garbanzo.

1/4 chén men ăn kiêng.

2 muỗng cà phê thì là xay.

1/2 thìa cà phê bột tỏi.

1 muỗng cà phê tiêu đen mới xay.

1/4 muỗng cà phê ớt cayenne.

1 muỗng canh dầu dừa hoặc dầu ô liu.

1 1/2 muỗng cà phê muối.

ĐỐI VỚI SỐT TAHINI:

1/4 chén tahini.

1 tép tỏi, băm nhỏ.

1 thìa cà phê giấm táo.

Tiêu đen mới xay.

1 muỗng hạt vừng đen.

HƯỚNG:

Làm nóng lò ở nhiệt độ 400° F. Trong một bát lớn, kết hợp tất cả các thành phần đậu phụ đậu xanh với 3/4 cốc nước và trộn đều.

Lót một cái chảo nướng bằng giấy da, và thu thập bột.

Nướng trong 20 phút, hoặc lâu hơn cho đến khi tăm cắm vào giữa bánh rút ra gọn gàng.

Lấy ra khỏi lò, để nguội hoàn toàn và cắt thành miếng vừa ăn.

Trong một bát riêng, trộn các hoạt chất sốt tahini với nhau và 2 muỗng canh nước (thêm nhiều nước hơn nếu sốt tahini quá đặc).

Phục vụ đậu phụ đậu xanh trên một lớp rau arugula, phủ sốt tahini lên trên.

53. Đậu hũ kho

THÀNH PHẦN:

1 củ hành tây, cắt thành miếng mỏng.

1 khối đậu hũ cứng 14 ounce, cắt thành 16 ô vuông.

1 muỗng canh đường.

1/2 -1 thìa ớt bột Hàn Quốc.

3 muỗng canh nước tương.

4 muỗng canh rượu sake.

1 củ hành lá, cắt thành lát mỏng.

Hạt vừng nướng.

HƯỚNG:

Cho các lát hành tây vào chảo chống dính hoặc chảo rán, sau đó cho các miếng đậu phụ vào.

Trộn đường, bột ớt Hàn Quốc, nước tương và rượu sake với nhau. Đặt các lát đậu phụ lên trên.

Đậy nắp chảo. Vặn lửa to và nấu cho đến khi sôi. Vặn lửa ở mức trung bình cao và nấu thêm 5 phút nữa, nêm lại nước sốt nhiều lần.

Tháo nắp, vặn lửa trở lại cao và nấu cho đến khi nước sốt thực sự nhỏ lại.

Tắt bếp, cho ra đĩa, trang trí với hành lá và vừng rang. Phục vụ ngay lập tức.

54. Tempeh bơ đậu phộng cay

THÀNH PHẦN:

22 oz tempeh, cắt thành khối 1 inch.

6,5 oz gạo hoang, thô.

Xịt dầu dừa.

NƯỚC XỐT:

4 thìa bơ đậu phộng.

4 muỗng canh nước tương (ít natri).

4 muỗng canh đường dừa.

2 muỗng canh tương ớt đỏ.

2 thìa cà phê dấm gạo.

2 thìa gừng.

3 tép tỏi (hoặc tỏi băm).

6 muỗng canh nước.

BẮP CẢI:

5 oz bắp cải tím, cạo/thái nhỏ.

1 quả chanh, chỉ lấy nước cốt.

2 muỗng cà phê mật ong không có ong / cây thùa táo.

3 thìa cà phê dầu mè.

TRÌNH BÀY:

Hành lá, cắt nhỏ.

HƯỚNG:

Trộn tất cả các thành phần cho nước sốt đậu phộng cay.

Cắt tempeh thành hình khối 1 inch (2,5 cm).

Thêm nước sốt vào tempeh, khuấy đều, đậy nắp và ướp trong tủ lạnh trong 2-3 giờ hoặc tốt nhất là qua đêm. Tempeh thực sự rất giỏi trong việc hấp thụ hương vị của nước xốt.

Làm nóng lò ở nhiệt độ 375° F/190° C, nấu cơm theo hướng dẫn trên bao bì.

Cho tempeh lên chảo chống dính, phết chút dầu dừa, cho vào lò nướng nướng 25-30 phút. Bảo tồn bất kỳ nước ướp còn sót lại để phục vụ.

Trộn tất cả các thành phần của bắp cải trong một cái bát và đặt sang một bên để ướp.

55. Salad cá ngừ hun khói

CÁ NGỪ ĐẬU GÀ:

15 oz. đậu xanh nấu chín đóng hộp hoặc cách khác.

2-3 muỗng canh sữa chua nguyên chất không sữa hoặc mayo thuần chay.

2 muỗng cà phê mù tạt Dijon.

1/2 muỗng cà phê thì là xay.

1/2 muỗng cà phê ớt bột hun khói.

1 thìa nước cốt chanh tươi.

1 cọng cần tây thái hạt lựu.

2 nhánh hành lá cắt nhỏ.

muối biển để hương vị .

LẮP RÁP SANDWICH :

4 miếng bánh mì lúa mạch đen hoặc bánh mì nảy mầm.

1 chén rau bina cho trẻ sơ sinh.

1 quả bơ thái lát hoặc hình khối.

Muối + tiêu.

HƯỚNG:

Chuẩn bị món salad cá ngừ đậu xanh

Trong một bộ xử lý thực phẩm, xay đậu gà cho đến khi chúng trông giống như một kết cấu thô và vụn. Cho đậu xanh vào một bát cỡ vừa và thêm phần còn lại của các hoạt chất vào, khuấy đều cho đến khi kết hợp tốt. Nêm nhiều muối biển theo khẩu vị của riêng bạn.

Làm bánh sandwich của bạn

Xếp rau bina non lên từng lát bánh mì; thêm vài đống salad cá ngừ đậu xanh, dàn đều. Đặt những lát bơ lên trên, một vài hạt muối biển và hạt tiêu mới xay.

56. Salad quinoa kiểu Thái

CHO MÓN SALAD:

1/2 chén quinoa nấu chín, tôi sử dụng kết hợp màu đỏ và trắng.

3 muỗng canh cà rốt nghiền.

2 muỗng canh ớt đỏ, thái lát cẩn thận.

3 muỗng canh dưa chuột, thái nhỏ.

Nếu đông lạnh, rã đông 1/2 cốc edamame.

2 nhánh hành lá, thái nhỏ.

1/4 chén bắp cải đỏ, thái nhỏ.

1 muỗng canh rau mùi, thái nhỏ.

2 thìa đậu phộng rang giã nhỏ (tùy ý).

Để nếm muối.

ĐẬU ĐẬU THÁI:

1 muỗng canh bơ đậu phộng tự nhiên dạng kem.

2 muỗng cà phê nước tương ít muối.

1 muỗng cà phê giấm gạo.

1/2 muỗng cà phê dầu mè.

1/2 - 1 muỗng cà phê nước sốt sriracha (tùy chọn).

1 tép tỏi, băm nhuyễn.

1/2 muỗng cà phê Gừng nạo.

1 thìa cà phê nước cốt chanh.

1/2 thìa cà phê mật hoa thùa (hoặc mật ong).

HƯỚNG:

Làm nước sốt đậu phộng kiểu Thái:

Kết hợp tất cả các thành phần để mặc một bát nhỏ và trộn cho đến khi kết hợp tốt.

Để làm món salad:

Tích hợp quinoa với rau trong một bát trộn. Thêm băng và trộn đều để tích hợp.

Rắc đậu phộng rang lên trên và phục vụ!

57. Salad đậu Thổ Nhĩ Kỳ

CHO MÓN SALAD:

1 1/2 chén đậu trắng luộc.

1/2 chén cà chua xắt nhỏ.

1/2 chén dưa chuột thái lát.

2 quả ớt xanh, thái lát.

1/4 chén rau mùi tây thái lát.

1/4 chén thì là tươi xắt nhỏ.

1/4 chén hành lá thái lát.

4 quả trứng luộc chín.

CÁCH ĂN MẶC

Đối với dưa chua hành tây nhanh:

2 cốc nước ấm.

2 củ hành tím, thái lát mỏng.

1 thìa nước cốt chanh.

1 muỗng cà phê giấm.

1 muỗng cà phê muối.

1 muỗng cà phê sumac.

HƯỚNG:

Trong một bát lớn, kết hợp tất cả các thành phần cho món salad trừ trứng.

Đánh đều bất cứ thứ gì để làm nước sốt và cho lên món salad. Khuấy đều và cho trứng thái lát hoặc cắt đôi lên trên.

Để làm dưa chua hành tây nhanh chóng:

Cho hành đã thái lát vào nước thật nóng, chần trong một phút rồi chuyển sang nước thật lạnh để ngừng nấu. Để chúng trong nước lạnh vài phút và để ráo nước.

Trộn nước cốt chanh, muối, giấm và cây thù du rồi rưới lên hành tây đã ráo nước. Tất cả được thiết lập để sử dụng trong vòng 5 đến 10 phút. Càng đợi lâu, màu sắc của nó càng sáng.

Thêm hành tím vào hỗn hợp salad và khuấy đều. Để lại một ít hành tây cho phía trên.

Chia salad vào bát và thêm một ít hành tím.

58. Bát rau & quinoa

RAU:

4 củ cà rốt vừa.

1 1/2 chén khoai tây vàng dành cho trẻ sơ sinh cắt làm tư.

2 muỗng xi-rô phong.

2 muỗng canh dầu ô liu.

1 nhúm muối biển + hạt tiêu đen tốt cho sức khỏe.

1 muỗng canh hương thảo tươi thái lát.

2 chén cải Brussels giảm một nửa.

QUINOA:

1 chén quinoa trắng rửa sạch + để ráo nước.

1 3/4 chén nước.

1 nhúm muối biển.

NƯỚC XỐT:

1/2 chén tahini.

1 quả chanh vừa, ép lấy nước (năng suất - 3 muỗng canh hoặc 45 ml).

2-3 muỗng canh xi-rô cây thích.

Để phục vụ tùy chọn:

Các loại thảo mộc tươi (rau mùi tây, cỏ xạ hương, v.v.).

hạt lựu.

HƯỚNG:

Làm nóng lò ở 400 độ F (204° C) và lót một tấm nướng bằng giấy da

Cho cà rốt và khoai tây ra đĩa và rưới một nửa xi-rô phong, một nửa dầu ô liu, muối, hạt tiêu và hương thảo. Tung tăng để hòa nhập. Sau đó nướng trong 12 phút.

Trong lúc đó, đun nóng chảo trên lửa vừa và cao. Sau khi nóng, thêm quinoa đã rửa sạch vào xào nhẹ trước khi thêm nước để làm bay hơi nước còn sót lại và làm nổi bật hương vị hạt dẻ.

Chuẩn bị trong 2-3 phút, khuấy thường xuyên. Thêm nước và một chút muối. Cuối cùng, chuẩn bị mặc quần áo .

Để phục vụ, hãy chia quinoa và rau giữa các bát phục vụ và dẫn đến một lượng lớn nước sốt tahini. Dẫn đầu với các lựa chọn trang trí như hạt lựu hoặc các loại thảo mộc tươi.

59. Đậu phụ xào bơ hạnh nhân

THÀNH PHẦN:

1 gói 12 ounce đậu phụ công ty.

2 muỗng canh dầu mè (chia).

4 muỗng canh tamari giảm natri

3 muỗng canh xi-rô cây phong.

2 muỗng canh bơ hạnh nhân

2 thìa nước cốt chanh.

1-2 muỗng cà phê nước mắm tỏi ớt

Gạo hoang dã, gạo trắng hoặc gạo súp lơ.

HƯỚNG:

Khi lò được làm nóng trước, mở đậu phụ ra và cắt thành những khối nhỏ.

Trong khi chờ đợi, cho vào một bát trộn nhỏ, thêm một nửa dầu mè, tương tamari, xi-rô cây thích, bơ hạnh nhân, nước cốt chanh và sốt tỏi ớt/ớt đỏ/ớt Thái. Pha trộn để tích hợp.

Thêm đậu phụ đã nướng vào nước sốt tamari bơ hạnh nhân và ướp trong 5 phút, thỉ nh thoảng khuấy. Ướp càng lâu thì hương vị càng đậm đà, tuy nhiên, tôi thấy 5-10 phút là đủ.

Đun nóng chảo lớn trên lửa vừa. Khi nóng, thêm đậu phụ, để lại phần lớn nước xốt.

Nấu trong khoảng 5 phút, thỉ nh thoảng khuấy, cho đến khi chín vàng đều các mặt và có màu hơi caramen. Lấy ra khỏi chảo và đặt sang một bên.

Cho dầu mè còn lại vào chảo.

60. Bát phật hạt diêm mạch

ĐẬU XANH:

1 chén đậu xanh khô.

1/2 thìa cà phê muối biển.

QUINOA:

1 muỗng canh dầu ô liu, dầu hạt nho hoặc bơ (hoặc dừa).

1 chén quinoa trắng (rửa kỹ).

1 3/4 cốc nước.

1 nhúm muối biển tốt cho sức khỏe.

CẢI XOĂN:

1 gói lớn cải xoăn xoăn

Nước sốt tahini:

1/2 chén tahini.

1/4 muỗng cà phê muối biển.

1/4 muỗng cà phê bột tỏi.

1/4 cốc nước.

PHỤC VỤ:

nước cốt chanh tươi.

HƯỚNG:

Ngâm đậu xanh qua đêm trong nước mát hoặc sử dụng phương pháp ngâm nhanh: Cho đậu xanh đã rửa sạch vào một cái nồi lớn và đổ nước ngập 2 inch . Để ráo nước, rửa sạch và cho trở lại nồi.

Để nấu đậu gà đã ngâm, cho vào nồi lớn và đổ nước ngập 2 inch. Đun sôi trên lửa lớn, sau đó giảm lửa nhỏ, thêm muối và khuấy đều, nấu không đậy nắp trong 40 phút - 1 giờ 20 phút.

Hãy nếm thử hạt đậu sau 40 phút để xem chúng mềm như thế nào. Bạn đang tìm kiếm một loại đậu chỉ mềm, cắn một chút và vỏ sẽ bắt đầu lộ ra dấu hiệu bong tróc. Sau khi chuẩn bị xong, vớt đậu ra để ráo nước và rắc thêm một chút muối.

Chuẩn bị nước xốt bằng cách cho tahini, muối biển và bột tỏi vào một bát trộn nhỏ và đánh đều để hòa quyện. Sau đó, thêm nước từng chút một cho đến khi nó tạo thành một loại nước sốt có thể đổ được.

Thêm 1/2 inch nước vào chảo vừa và đun sôi trên lửa vừa. Ngay lập tức loại bỏ cải xoăn khỏi nhiệt và chuyển sang một món ăn nhỏ để phục vụ.

61. phô mai Seitan

THÀNH PHẦN:

6 muỗng canh gluten lúa mì quan trọng.

1/2 muỗng cà phê bột hành.

1/4 muỗng cà phê thảo mộc gia cầm.

1/4 muỗng cà phê muối.

1 muỗng tahini.

5 muỗng canh nước dùng gà thuần chay.

1 trứng thay thế thuần chay.

6 muỗng canh bột mì.

1/4 muỗng cà phê bột hành.

1/4 muỗng cà phê bột tỏi.

1/4 muỗng cà phê muối.

Tùy chọn mì ống.

Nước sốt mì yêu thích.

Phô mai thuần chay, để phục vụ.

1 hạt Brazil lớn, cho "Parmesan".

HƯỚNG:

Trộn: 6 muỗng canh gluten lúa mì quan trọng, 1/2 muỗng cà phê bột hành tây, 1/4 muỗng cà phê thảo mộc gia cầm và 1/4 muỗng cà phê muối.

Trộn trong một bát khác nhau: 1 muỗng canh tahini và 5 muỗng canh nước dùng gà thuần chay hoặc nước.

Kết hợp dòng 1 và 2 cho đến khi bạn có bột seitan. Nhào bột trong một phút.

Đậy bằng nước hoặc nước dùng. Sau khi hoàn thành, sử dụng khăn giấy để đẩy một ít nước thừa ra khỏi miếng chả.

Làm món trứng thuần chay theo hướng dẫn. Sử dụng thêm một ít nước để làm cho bột trứng ở phía mỏng hơn.

Làm hỗn hợp bột: 6 muỗng canh bột mì, 1/4 bột hành tây, 1/4 bột tỏi và 1/4 muối.

Nhúng miếng chả seitan vào bột mì sau đó nhúng bột trứng thuần chay rồi lại bột mì một lần nữa. Chiên ở nhiệt độ cao/cao vừa cho đến khi có màu vàng nâu.

Phục vụ với mì ống, nước sốt và pho mát thuần chay. Làm tan chảy phô mai thuần chay trong chế độ "nướng", nếu muốn. Bào hạt Brazil cẩn thận để làm món Parmesan.

62. Chả đậu đỏ

ĐỐI VỚI SỐT CÀ CHUA:

1 lon 14 ounce cà chua xắt nhỏ .

Một giọt xi-rô cây thùa.

1 muỗng canh dầu.

1 muỗng cà phê rượu vang đỏ, trắng.

Ớt, thảo mộc khô và bột ớt bột để nếm thử.

ĐỐI VỚI BÁNH ĐẬU LẠNH:

1 chén đậu lăng đỏ khô.

1 1/2 chén, cộng với 3 muỗng canh nước.

1 muỗng cà phê bột canh chay.

1 muỗng cà phê bột nghệ.

1 củ hành tây, thái hạt lựu.

1 tép tỏi, ép.

1/2 muỗng cà phê thì là.

1 quả trứng lanh.

2 muỗng canh mùi tây.

Muối và hạt tiêu cho vừa ăn.

Dầu cần thiết.

CÁCH LÀM SỐT CÀ CHUA:

Thêm tất cả các hoạt chất vào nồi và đun sôi. Giảm thiểu nhiệt và đun nhỏ lửa trong khoảng 30 phút, thỉ nh thoảng khuấy. Thoát khỏi cái nóng.

CÁCH LÀM BÁNH ĐẬU LẠNH:

Cho đậu lăng, nước, nước luộc rau và nghệ vào nồi và đun sôi. Nếu cần thiết), giảm nhiệt và nấu cho đến khi đậu lăng mềm và nước được hấp thụ (thêm nhiều nước hơn. Khuấy đị nh kỳ.

Mặt khác, nấu hành tây trong chảo.

Làm nóng lò nướng ở nhiệt độ 390° F. lót một tấm nướng bằng giấy nướng và bôi dầu.

Trong một cái bát, trộn đậu lăng, hành tây, tỏi, thìa là, trứng lanh, rau mùi tây, muối và hạt tiêu. Trộn đều và để nguội một chút.

Làm ẩm tay bằng nước, tạo hình miếng đậu lăng rồi đặt lên giấy nướng. Chải với một chút dầu.

Nướng đậu lăng đỏ trong khoảng 20-25 phút và dùng với sốt cà chua.

63. Rau Arugula pesto và bí xanh

THÀNH PHẦN:

2 lát bánh mì lúa mạch đen

1/2 quả bơ.

1/2 quả bí xanh lớn.

Bó cải xoong.

1 tép tỏi.

ĐỐI VỚI ARUGULA PESTO:

2 nắm rau arugula lớn.

1 chén hạt thông (hoặc bất kỳ loại hạt nào).

1 nắm lớn rau muống.

Nước cốt của 1 quả chanh.

1 muỗng cà phê muối biển.

3 muỗng canh dầu ô liu.

HƯỚNG:

Bắt đầu bằng cách làm sốt rau arugula pesto bằng cách cho tất cả các nguyên liệu vào máy xay thực phẩm và đánh cho đến khi sốt pesto trở nên mềm mượt như nhung.

Xào zucchini bằng cách trước tiên cắt nó thành những miếng ngang rất mỏng. Làm nóng tép tỏi thái lát mỏng, dầu ô liu, rắc muối biển và một vài giọt nước vào chảo nhỏ trên lửa vừa.

Nếu bí ngòi bắt đầu khô khi nấu, hãy cho bí ngòi vào và xào trong 7 phút - thêm nước từ từ. Nướng bánh mì, sau đó phết sốt pesto lên khắp bánh mì nướng, thêm bí xanh và bơ thái lát, và dẫn đầu là cải xoong!

64. thịt hầm chay

THÀNH PHẦN:

1 muỗng canh dầu ô liu hoặc dầu hạt cải.

1 củ hành tây, thái lát cẩn thận.

3 tép tỏi, thái lát.

1 muỗng cà phê ớt bột xông khói.

1/2 muỗng cà phê thì là xay.

1 thìa húng tây khô.

3 củ cà rốt vừa, thái lát.

2 cần tây vừa, thái lát mỏng

1 quả ớt đỏ, thái lát.

1 quả ớt vàng, thái lát.

2 hộp x 400 g cà chua hoặc cà chua bi đã gọt vỏ.

1 viên nước dùng rau củ được làm tối đa 250ml

2 bí xanh , thái lát dày

2 nhánh húng tây tươi.

250 g đậu lăng nấu chín.

HƯỚNG:

Đun nóng 1 muỗng canh dầu ô liu hoặc dầu hạt cải trong một đĩa lớn, tràn ngập. Thêm 1 củ hành tây thái nhỏ và nấu kỹ trong 5 - 10 phút cho đến khi mềm.

Thêm 3 tép tỏi cắt nhỏ, 1 thìa cà phê ớt bột hun khói, 1/2 thìa cà phê thì là, 1 thìa húng tây khô, 3 củ cà rốt cắt nhỏ, 2 nhánh cần tây thái nhỏ, 1 quả ớt đỏ xắt nhỏ và 1 quả ớt vàng cắt nhỏ và nấu trong 5 phút.

Thêm hai lọ 400 g cà chua, 250 ml nước dùng rau (làm bằng 1 nồi kho), 2 bí xanh cắt dày và 2 nhánh cỏ xạ hương mới và nấu trong 20 - 25 phút.

Vớt các nhánh cỏ xạ hương ra. Trộn trong 250 g đậu lăng nấu chín và hầm. Trình bày với gạo basmati hoang dã và trắng, bí hoặc quinoa.

65. cải bruxen nướng

THÀNH PHẦN:

1 lb cải Brussels, cắt làm đôi.

1 củ hẹ, xắt nhỏ.

1 muỗng canh dầu ô liu.

Muối và hạt tiêu cho vừa ăn.

2 muỗng cà phê giấm balsamic.

1/4 chén hạt lựu.

1/4 chén pho mát dê, vụn.

HƯỚNG:

Làm nóng lò nướng của bạn ở nhiệt độ 400° F. Phủ dầu lên cải Brussels. Rắc muối và hạt tiêu.

Chuyển sang chảo nướng. Nướng trong lò trong 20 phút.

Mưa phùn với giấm.

Rắc hạt và pho mát trước khi phục vụ.

66. Bánh sandwich bơ đậu xanh

THÀNH PHẦN:

1 lon đậu gà không thêm muối để ráo nước và rửa sạch.

1 quả bơ chín lớn.

1 1/2 thìa nước cốt chanh.

1/2 muỗng cà phê ớt cay bằm nhuyễn.

Muối và tiêu.

4 lát bánh mì ngũ cốc nguyên hạt.

1 quả cà chua kho báu lớn thái lát.

1/2 chén microgreen ngọt.

1/2 chén cà rốt bào sợi.

1/2 chén củ cải đã chuẩn bị và cắt nhỏ.

HƯỚNG:

Trong một cái bát, nghiền bơ cho đến khi tương đối mị n, thêm nước cốt chanh, ớt cay và đậu xanh. Nêm với muối và hạt tiêu.

Để kết hợp bánh sandwich, xếp các lát cà chua lên một lát bánh mì, thêm rau xanh, củ cải đường, salad đậu xanh và cà rốt. Thưởng thức!

67. diêm mạch

THÀNH PHẦN:

1 chén khoai lang, cắt khối.

1/2 cốc nước.

1 muỗng canh dầu ô liu.

1 củ hành tây, xắt nhỏ.

3 nhánh tỏi, băm nhuyễn.

1 muỗng cà phê thì là xay.

1 muỗng cà phê rau mùi xay.

1/2 thìa cà phê ớt bột.

1/2 muỗng cà phê oregano khô.

15 oz đậu đen, rửa sạch và để ráo nước.

15 oz cà chua rang.

1 1/4 chén nước luộc rau.

1 cốc ngô đông lạnh 1 cốc quinoa (chưa nấu chín).

Muối để nếm thử.

1/2 chén kem chua nhẹ.

1/2 chén lá ngò tươi.

HƯỚNG:

Thêm nước và khoai lang vào chảo trên lửa vừa. Đun sôi.

Giảm nhiệt và nấu cho đến khi khoai lang mềm.

Thêm dầu và hành tây.

Nấu trong 3 phút. Khuấy tỏi và gia vị và nấu trong 1 phút.

Thêm phần còn lại của các thành phần trừ kem chua và rau mùi. Nấu trong 20 phút.

Phục vụ với kem chua và trên cùng với rau mùi trước khi phục vụ.

68. Bún đậu hủ

THÀNH PHẦN:

1/2 quả dưa chuột lớn.

100 ml giấm gạo đỏ.

2 muỗng canh đường cát vàng.

100ml dầu ăn.

200 g đậu phụ gói công ty, cắt miếng vuông 3 cm.

2 muỗng xi-rô phong.

4 muỗng canh tương miso nâu hoặc trắng.

30g vừng trắng.

250 g mì soba khô.

2 củ hành tây, cắt nhỏ, để phục vụ.

HƯỚNG:

Sử dụng dụng cụ gọt vỏ, cắt những dải ruy băng mỏng ra khỏi dưa chuột, để lại hạt. Đặt các dải ruy băng vào một cái bát và đặt sang một bên. Đun nóng nhẹ giấm, đường, 1/4 thìa cà phê muối và 100ml nước trong chảo trên lửa vừa trong 3-5 phút cho đến khi đường hóa lỏng, sau đó đổ dưa chuột và để ngâm trong tủ lạnh trong khi bạn chuẩn bị đậu phụ .

Đun nóng tất cả trừ 1 muỗng canh dầu trong chảo chống dính lớn trên lửa vừa cho đến khi bong bóng bắt đầu nổi lên trên bề mặt. Thêm đậu phụ và chiên trong 7-10 phút .

Trong một cái bát nhỏ, trộn mật ong và miso với nhau. Trải hạt mè ra đĩa. Phết nước sốt mật ong dính lên đậu phụ chiên và để phần thừa sang một bên. Bọc đều đậu phụ trong hạt, rắc một chút muối và để ở nơi ấm áp.

Chuẩn bị mì và trộn với phần dầu còn lại, nước sốt còn lại và 1 muỗng canh nước ngâm dưa chuột. Nấu trong 3 phút cho đến khi ấm qua.

69. Đậu phụ teriyaki BBQ thuần chay

THÀNH PHẦN:

4 muỗng canh nước tương ít muối.

2 muỗng canh đường nâu mềm.

Nhúm gừng xay.

2 muỗng canh mirin.

3 thìa cà phê dầu mè.

350 g đậu phụ cực cứng (xem mẹo bên dưới) cắt thành lát dày.

1/2 muỗng canh dầu hạt cải.

2 bí xanh , cắt thành dải theo chiều ngang.

200 g bông cải xanh non.

Hạt mè trắng và đen, để phục vụ.

HƯỚNG:

Trộn nước tương, đường nâu mềm, gừng và rượu mirin với 1 muỗng cà phê dầu mè và phết lên khắp các miếng đậu phụ. Đặt chúng trong một bữa ăn lớn, nông và phủ lên phần nước xốt còn lại. Thư giãn trong ít nhất 1 giờ.

Làm nóng lò nướng cho đến khi than có màu trắng sáng hoặc làm nóng chảo nướng. Trộn dầu mè còn lại với dầu hạt cải và quét các lát bí xanh và bông cải xanh. Nướng (hoặc nướng) chúng trên than trong 7-10 phút hoặc cho đến khi chúng đau rồi để riêng và giữ ấm.

Nướng các miếng đậu phụ trên cả hai mặt trên than trong 5 phút (hoặc sử dụng chảo rán) cho đến khi chúng chuyển sang màu nâu và giòn ở các cạnh. Bày đậu phụ trên một lớp rau với nước xốt còn lại và rắc vừng lên trên.

70. Giá đỗ xanh

THÀNH PHẦN:

600 g cải bruxen , cắt làm tư.

600 g đậu xanh.

1 muỗng canh dầu ô liu.

Vỏ và nước cốt 1 quả chanh.

4 muỗng canh hạt thông nướng.

HƯỚNG:

Nấu trong vài giây, sau đó thêm rau và xào trong 3-4 phút cho đến khi rau mầm hơi ngả màu.

Thêm một vắt nước cốt chanh và muối và hạt tiêu cho vừa ăn.

71. Đậu hũ củ cải

THÀNH PHẦN:

200 g đậu phụ cứng.

2 thìa hạt mè.

1 muỗng canh shichimi Nhật Bản togarashi .

Hỗn hợp gia vị .

1/2 thìa bột ngô.

1 muỗng canh dầu mè.

1 muỗng canh dầu thực vật.

200 g bông cải xanh non.

100 g đậu Hà Lan ngâm đường.

4 củ cải, thái nhỏ.

2 củ hành tây, thái lát cẩn thận.

3 quả quất, thái lát rất mị n.

CHO TRANG PHỤC

2 muỗng canh nước tương Nhật ít muối.

2 muỗng canh nước ép yuzu (hoặc 1 muỗng canh nước cốt chanh và bưởi).

1 muỗng cà phê đường vàng.

1 củ hẹ nhỏ, thái hạt lựu.

1 muỗng cà phê gừng nạo.

HƯỚNG:

Cắt đậu phụ làm đôi, bọc kỹ bằng giấy ăn và bày ra đĩa. Đặt một cái chảo nặng lên trên để ép nước ra khỏi chảo. Lật giấy vài lần cho đến khi đậu hũ khô lại thì cắt miếng vừa ăn. Trộn đều hạt mè, hỗn hợp gia vị Nhật Bản và bột ngô trong một cái bát. Xị t lên đậu phụ cho đến khi có lớp tốt. Để qua một bên.

Trong một cái bát nhỏ, trộn các thành phần thay đồ với nhau. Đun sôi một nồi nước rồi cho rau vào đun nóng hai loại dầu trong chảo lớn.

Khi chảo rất nóng, cho đậu phụ vào và chiên mỗi mặt khoảng 1 phút cho đến khi có màu nâu đẹp mắt.

Khi nước sôi, cho bông cải và đậu Hà Lan vào chần sơ qua trong 2-3 phút.

72. lasagna đậu lăng

THÀNH PHẦN:

1 muỗng canh dầu ô liu.

1 củ hành tây, xắt nhỏ.

1 củ cà rốt, thái lát.

1 nhánh cần tây, xắt nhỏ.

1 tép tỏi, đập dập.

2 hộp x 400 g đậu lăng, để ráo nước, rửa sạch.

1 muỗng canh bột ngô.

400 g cà chua xắt nhỏ .

1 muỗng cà phê sốt cà chua nấm.

1 thìa cà phê oregano thái lát (hoặc 1 thìa cà phê khô).

1 muỗng cà phê bột rau câu.

2 đầu súp lơ, bẻ thành các hoa con.

2 muỗng canh sữa đậu nành không đường.

Một nhúm hạt nhục đậu khấu mới xay.

9 tấm lasagna khô không có trứng.

HƯỚNG:

Đun nóng dầu trong chảo, cho cà rốt, cần tây và hành tây vào xào sơ 10-15 phút cho mềm. Thêm tỏi, nấu trong vài phút, sau đó cho đậu lăng và bột ngô vào khuấy đều.

Thêm cà chua cùng với một lon nước đầy, nấm mèo, lá oregano, bột ngọt và một ít gia vị . Đun nhỏ lửa trong 15 phút , thỉ nh thoảng khuấy.

Nấu súp lơ trong chảo nước sôi trong 10 phút hoặc cho đến khi mềm. Để ráo các ống, sau đó xay nhuyễn với sữa đậu nành bằng máy xay cầm tay hoặc máy xay thực phẩm. Mùa tốt và bao gồm hạt nhục đậu khấu.

Thêm 1/3 hỗn hợp đậu lăng khác, sau đó trải 1/3 súp lơ xay nhuyễn lên trên, tiếp theo là một lớp mì ống. Cho một phần ba đậu lăng và lasagna lên trên cùng, tiếp theo là phần bột nhuyễn còn lại.

Đậy lỏng bằng giấy bạc và nướng trong 35-45 phút , loại bỏ giấy bạc trong 10 phút nấu cuối cùng.

73. thịt viên đậu lăng

ĐỐI VỚI THỊT BÓNG:

3/4 chén đậu lăng khô màu nâu và xanh lá cây hoặc Pháp.

1 1/2 cốc nước dùng rau ít natri - hoặc nước dùng gà, cộng thêm nếu cần.

2 muỗng cà phê dầu ô liu.

1/2 chén hành vàng thái hạt lựu - khoảng 1/2 củ hành vừa.

1 chén cà rốt bào sợi.

2 nhánh tỏi - băm nhuyễn (khoảng 2 thìa cà phê).

1/2 chén yến mạch cán kiểu cũ - hoặc yến mạch nấu nhanh, không sử dụng ngay hoặc cắt nhỏ.

1/4 chén mùi tây Ý tươi xắt nhỏ.

1 1/2 muỗng canh tương cà chua.

1 muỗng cà phê oregano khô.

1/2 muỗng cà phê muối kosher.

1/4 muỗng cà phê tiêu đen.

1 quả trứng to.

Chuẩn bị mì ống làm từ lúa mì nguyên mì, mì zucchini, hoặc mì khoai lang ..

Cho đậu lăng đã rửa sạch vào nồi vừa với nước dùng rau củ.

Nấu hành tây, tỏi và cà rốt trong dầu.

Xay yến mạch và rau mùi tây vài lần để bắt đầu nghiền nát yến mạch. Thêm đậu lăng đã chuẩn bị , hỗn hợp hành tây, bột cà chua, lá oregano, muối và hạt tiêu sau đó đập vào trứng. Xay thêm vài lần nữa cho đến khi hỗn hợp được tích hợp nhưng đậu lăng vẫn còn một số kết cấu.

Lăn hỗn hợp đậu lăng thành những quả bóng có đường kính khoảng 1 1/2 inch, bằng kích thước của một quả bóng gôn. Nấu trong 10 phút.

74. Huy chuong thị t lọn vỏ hạt dẻ

THÀNH PHẦN:

10 ounce thị t lợn thăn, thái thành những viên tròn dày ½ inch

1 muỗng cà phê mù tạt dijon

½ chén hạt phỉ thái nhỏ

2 muỗng canh húng quế tươi xắt nhỏ

Muối và hạt tiêu đen mới xay để nếm

2 muỗng canh dầu ô liu

1 chén nước dùng gà ít natri

¼ cốc rưỡi kem

1 chén củ cải thái lát, để ráo nước

Với một cái vồ hoặc máy giã thị t, giã từng miếng thị t lợn tròn giữa các tờ giấy sáp cho đến độ dày ¼ inch. Trộn mù tạt, quả phỉ , húng quế, muối và hạt tiêu trong một cái bát.

Nhúng huy chương thị t lợn vào hỗn hợp mù tạt và đặt nó sang một bên. Đun nóng chảo khô trong 2 phút, sau đó thêm dầu và đun nóng ở nhiệt độ trung bình cao trong 1 phút. Thêm huy chương thị t lợn nạo vét và xào trong 30 giây đến 1 phút mỗi bên, cho đến khi các loại hạt có màu nâu nhạt (thị t lợn sẽ chín hoàn toàn trong nước sốt).

Lấy huy chương ra khỏi chảo và giữ ấm. Thêm nước dùng vào chảo và khử men, cạo tất cả các phần màu nâu dính ở đáy. Khuấy kem và đun nhỏ lửa trong 3 phút nữa. Cho lại huy chương vào nước sốt và nấu thêm 2 phút nữa.

Sắp xếp các lát củ cải trên hai đĩa. Đặt từng huy chương lên trên một lát củ cải đường và phục vụ cùng một lúc.

75. suờn heo với gia vị

NẾM

¼ chén cà chua mận xắt nhỏ

¼ chén hành tím xắt nhỏ

2 muỗng canh giấm rượu vang đỏ

2 muỗng canh dầu ô liu siêu nguyên chất

1 tép tỏi, băm nhỏ

2 muỗng canh húng quế tươi xắt nhỏ

1 muỗng cà phê oregano khô

½ muỗng cà phê muối

Hạt tiêu đen xay tươi để hương vị

GIA VỊ

2 muỗng canh giấm rượu vang đỏ

2 muỗng canh dầu ô liu

1 tép tỏi, băm nhỏ

Hai miếng thịt lợn cắt dày 10 ounce

Muối và hạt tiêu đen mới xay để nếm

2 muỗng canh dầu thực vật xắt nhỏ rau mùi tây phẳng

Những lọn tóc phô mai parmesan tươi để trang trí

Quăng các thành phần gia vị với nhau trong một bát nhỏ. Để nó bên cạnh.

Đánh đều hỗn hợp nước xốt trong một đĩa nướng nông. Cho sườn heo vào nước xốt, đảo đều hai mặt và để riêng trong 10 phút. Bây giờ lấy sườn ra khỏi nước xốt và để ráo nước thừa. Muối và hạt tiêu cho sườn một cách hào phóng. Làm nóng trước chảo gang khô trong 3 phút ở nhiệt độ cao. Thêm dầu thực vật và đun nóng thêm 1 phút nữa. Cho sườn vào dầu nóng và nấu ở mức chín vừa, 3 đến 4 phút mỗi bên hoặc ở mức độ mềm mong muốn.

Cho sườn ra đĩa, rắc rau mùi tây thái nhỏ và phô mai Parmesan lên trên. Phục vụ cùng một lúc.

76. Mỳ Ý bí đỏ thịt heo

THÀNH PHẦN:

1 muỗng cà phê dầu ô liu

12 ounce thịt lợn thăn, cắt thành huy chương dày 1 inch

$\frac{1}{2}$ muỗng cà phê muối kosher

$\frac{1}{4}$ muỗng cà phê tiêu đen mới xay

1 muỗng canh hẹ băm nhỏ

1 chén rượu vang đỏ khô

$\frac{1}{4}$ muỗng cà phê bột bắp

Vỏ bào từ $\frac{1}{2}$ quả chanh cộng với 2 thìa cà phê nước cốt chanh tươi

1 muỗng canh thạch nho đỏ toàn trái cây (không thêm đường)

1 muỗng cà phê mù tạt Dijon

2 chén bí spaghetti nướng

Làm nóng chảo lớn trên lửa vừa và cao, sau đó tráng dầu. Trong khi đó, lau khô miếng thịt lợn trên khăn giấy, nêm muối và hạt tiêu. Áp chảo cho đến khi giòn và có màu nâu ở bên ngoài và không còn màu hồng ở giữa, 3 đến 4 phút mỗi bên. Chuyển sang đĩa ăn tối được hâm nóng và dự trữ.

Thêm hẹ vào chảo và nấu khoảng 30 giây. Thêm rượu, đun sôi và giảm xuống còn khoảng $\frac{1}{4}$ cốc, khoảng 5 phút hoặc lâu hơn. Hòa tan bột bắp trong nước cốt chanh và cho vào nước sốt. Nấu, khuấy, cho đến khi nước sốt đặc lại và trông như sa tanh. Tắt bếp và cho thạch và mù tạt vào khuấy đều. Hương vị và điều chỉ nh gia vị với muối và hạt tiêu.

Để phục vụ, hãy làm một ổ Bí đao Spaghetti nướng trên mỗi đĩa và phủ huy chương thị t lợn và nước sốt lên trên.

77. Falafel quinoa cay

THÀNH PHẦN:

1 chén quinoa nấu chín.

1 lon đậu garbanzo.

Nửa củ hành tím nhỏ.

1 muỗng Tahini.

2 muỗng cà phê bột thì là.

1 muỗng cà phê bột rau mùi.

1/4 chén rau mùi tây xắt nhỏ.

3 tép tỏi.

Nước cốt nửa quả chanh.

1 thìa dầu dừa.

1 muỗng canh tamari (nước tương GF).

1/2 - 1 thìa cà phê ớt bột.

Chuẩn bị muối biển.

HƯỚNG:

Cho đậu garbanzo, hành tím, tỏi, tahini, ớt mảnh, thìa là, rau mùi, nước cốt chanh và muối vào máy xay thực phẩm và đập liên tục trong 15 giây để nó làm vỡ đậu, tuy nhiên, nó không hoạt động. không xay nhuyễn chúng.

Dùng tay vo hỗn hợp thành những viên nhỏ (khoảng 2 thìa bột cho mỗi viên) và đặt lên khay nướng.

Đặt chúng trong tủ lạnh trong 1 giờ.

Rắc một ít bột mì lên cả hai mặt.

Đun nóng dầu dừa trong chảo lớn trên lửa vừa.

Thêm các viên falafel và nấu 3-5 phút cho mỗi bên.

78. Galette bí ngô Butternut

THÀNH PHẦN:

1 1/2 chén bột đánh vần.

6-8 lá xô thơm.

1/4 chén nước lạnh.

6 muỗng canh dầu dừa.

Muối biển.

ĐỂ ĐIỀN:

1 muỗng canh dầu ô liu.

1/4 củ hành tím, thái lát mỏng.

1 thìa lá xô thơm.

1/2 quả táo đỏ, thái lát rất mị n.

1/4 quả bí đao, bỏ vỏ và thái lát rất mị n.

1 muỗng canh dầu dừa, chia nhỏ và đặt làm topping.

2 muỗng canh cây xô thơm, dành riêng cho topping.

Muối biển.

HƯỚNG:

Làm nóng lò nướng của bạn ở nhiệt độ 350 ° F.

Làm vỏ bánh bằng cách thêm bột mì, muối biển và lá xô thơm vào cối xay thực phẩm. Dần dần thêm dầu dừa và nước, và đập thường xuyên khi nó nhẹ nhàng trộn vào bột. Xung chỉ đủ cho đến khi các thành phần tích hợp với nhau, khoảng 30 giây.

Trong lúc đó, làm nhân bánh. Trong một cái chảo nhỏ ở nhiệt độ trung bình cao, làm nóng dầu ô liu. Cho hành tây, chút muối, một thìa cà phê lá xô thơm vào và xào trong khoảng 5 phút. Đặt cái này sang một bên khi bạn cán bột thành hình tròn, dày khoảng 1/4 inch.

Trộn bí và táo trong một bát nhỏ với một ít dầu ô liu và muối biển. Thêm các lát bí đỏ và táo lên trên hành tây (đơn giản như bạn nhìn thấy trong hình).

Nhẹ nhàng gấp các cạnh của lớp vỏ lên trên các mặt ngoài của quả bí. Cho một ít dầu dừa lên trên galette cùng với lá xô thơm và nướng trong lò khoảng 20-25 phút hoặc cho đến khi lớp vỏ bong ra và bí đã chín.

79. Quinoa với bột cà ri

THÀNH PHẦN

2 thìa cọng ngò tươi.

lá ngò tươi .

6 tép tỏi.

1 muỗng canh bột rau mùi.

1/2 muỗng canh bột thì là.

1 inch gừng (không có vỏ).

Nước cốt của 1 quả chanh.

1 nhánh sả

1/2 chén hẹ hoặc hành trắng.

1 thìa cà phê ớt bột.

Muối biển.

cà ri xanh

HƯỚNG:

Bắt đầu bằng cách làm bột cà ri bằng cách chỉ trộn mọi thứ vào máy xay thực phẩm cho đến khi hỗn hợp được trộn đều và nghiền thành bột nhão.

Bây giờ cho món cà ri - ở nhiệt độ trung bình/cao, làm ấm dầu dừa và hành tây trong 5 phút. Cho tất cả các loại rau, đường dừa , bột cà ri và 1/4 cốc nước vào đun nhỏ lửa và đậy nắp trong khoảng 10 phút.

Cho thêm nước từ từ để rau không bị cháy. Ngay sau khi rau đã chín, cho nước cốt dừa và 1 cốc nước vào, nấu thêm 10 phút nữa cho đến khi rau chín hoàn toàn. Cho nước cốt chanh tươi, thêm lá ngò vào khuấy đều và phủ lên trên gạo lứt hoặc hạt diêm mạch!

80. Thịt xông khói cà rốt nuớng

THÀNH PHẦN:

3 củ cà rốt lớn.

2 muỗng canh dầu hạt cải.

1 muỗng cà phê bột tỏi.

1 muỗng cà phê ớt bột xông khói.

1 muỗng cà phê muối.

HƯỚNG:

Cà rốt rửa sạch (không cần gọt vỏ) và cắt miếng theo chiều dọc bằng cách sử dụng một cây đàn mandolin. Đặt các dải cà rốt lên khay nướng có lót giấy da. Làm nóng lò ở nhiệt độ 320° F. khuấy các thành phần còn lại với nhau trong một cái bát nhỏ rồi quét các dải cà rốt lên cả hai mặt.

Cho vào lò nướng trong 15 phút hoặc khi các dải cà rốt gợn sóng.

81. Cá hồi trên spaghetti bí

THÀNH PHẦN:

$\frac{1}{2}$ thìa cà phê bột ngũ vị hương

1 muỗng cà phê vỏ cam nạo

$\frac{1}{2}$ muỗng cà phê đường

$\frac{1}{4}$ muỗng cà phê muối kosher

$\frac{1}{2}$ muỗng cà phê tiêu đen mới xay

Hai phi lê cá hồi 6 ounce

2 muỗng cà phê mù tạt Dijon

1 muỗng canh dầu đậu phộng

2 chén bí spaghetti nướng

2 muỗng canh rau mùi tươi băm nhỏ

Khuấy bột ngũ vị hương với vỏ cam, đường, muối và hạt tiêu trong một bát nhỏ. Chà vào cả hai mặt của miếng phi lê trên giấy sáp. Chải mù tạt lên miếng phi lê.

Làm nóng chảo lớn trên lửa vừa và cao, sau đó tráng dầu ở đáy chảo. Rán phi lê, chỉ trở một lần cho đến khi giòn và có màu nâu bên ngoài, tổng thời gian từ 5 đến 8 phút .

Trong khi đó, chia quả bí giữa hai đĩa ăn tối đã hâm nóng. Đặt phi lê cá lên trên và trang trí với rau mùi.

82. Cá hồi luộc trên tỏi tây

THÀNH PHẦN:

4 cốc (hai lon 15$\frac{1}{2}$ ounce) nước dùng gà ít natri

1 ly nước

3 muỗng canh herbes de Provence

1 tỏi tây vừa, cắt làm tư và làm sạch (xem ghi chú)

Hai phi lê cá hồi 6 ounce

2 muỗng canh bơ không ướp muối $\frac{1}{4}$ chén kem nặng

Trong một cái chảo lớn có nắp đậy kín, kết hợp nước luộc gà, nước và loại thảo dược Provence. Đun sôi ở nhiệt độ cao, đậy nắp, sau đó giảm nhiệt xuống mức trung bình thấp. Thêm tỏi tây và nấu trong 7 đến 10 phút.

Đặt phi lê cá hồi lên trên tỏi tây, mặt da úp xuống, đậy nắp và nấu trong 4 đến 5 phút hoặc cho đến khi cá hồi có màu đục. Dùng thìa hoặc kẹp có rãnh, vớt cá hồi và tỏi tây ra đĩa ấm và đậy nắp lại. Thêm bơ và kem vào chảo và nấu trong 5 phút để bớt sốt.

Chia nước sốt giữa hai đĩa súp. Lên trên với tỏi tây, sau đó là cá hồi. Phục vụ ngay lập tức.

83. Cá kiếm nướng salsa

THÀNH PHẦN:

Hai miếng bít tết cá kiếm không xương, không da nặng 6 ounce, dày $\frac{3}{4}$ inch

1 muỗng canh dầu ô liu

2 chén rau diếp thái nhỏ

1 chén củ cải thái lát

1 quả bơ Hass

2 muỗng canh salsa chất lượng tốt nhất với một ít rau mùi tươi

Vỏ bào và nước cốt của 1 quả chanh

Làm nóng lò nướng bằng ga, than hoặc điện. Chải cá với dầu ô liu trên cả hai mặt. Nướng cá, trở mặt một lần sau khi cá đã chín vàng ở mặt dưới (khoảng 2 phút), sau đó nướng tiếp mặt thứ hai, nấu cho đến khi cá có màu trong mờ ở giữa (thêm 2 đến 3 phút nữa).

Trong khi đó, dọn rau diếp, củ cải và bơ lên hai đĩa ăn tối đã hâm nóng. Chuyển cá đã nấu chín vào đĩa ăn tối và phủ một miếng salsa lên trên mỗi miếng bít tết. Vắt nước cốt chanh lên tất cả và rắc vỏ.

84. Bít tết cá ngừ sốt mayo

THÀNH PHẦN:

2 muỗng cà phê sốt mayonaise

2 muỗng canh tươi băm nhỏ hoặc 2 muỗng cà phê ngải giấm khô cộng với nhánh ngải giấm để trang trí

Hai miếng cá ngừ nặng 6 ounce, dày 1 inch

Muối và hạt tiêu nứt để nếm

1 muỗng cà phê dầu ô liu

bí đao mùa đông

Khuấy mayo và ngải giấm trong một cái bát nhỏ. Che và đặt sang một bên. Đun nóng chảo nặng hoặc chảo nướng có rãnh ở nhiệt độ trung bình cao. Thấm khô cá ngừ bằng khăn giấy, sau đó nêm muối và hạt tiêu cho vừa ăn.

Thoa dầu ô liu lên bề mặt của cá. Nướng chảo khoảng 3 phút mỗi mặt cho vừa. Chuyển sang đĩa ăn tối nóng. Phủ lên trên mỗi miếng bít tết một ít sốt mayonnaise ngải giấm và trang trí bằng nhánh ngải giấm. Đặt một đống bí bên cạnh cá ngừ.

85. bí đao mùa đông

THÀNH PHẦN:

Một quả bí mùa đông nặng ½ pound (butternut, hubbard)

2 muỗng canh bơ không ướp muối

Muối và hạt tiêu đen mới xay để nếm

Dùng nĩa chọc một vài chỗ lên bề mặt của quả bí. Đặt nó vào lò vi sóng và nấu ở nhiệt độ cao (công suất 100 phần trăm) cho đến khi nó chín mềm, khoảng 8 phút.

Ngoài ra, nướng nó trong lò ở 400 ° F trong khoảng 45 phút. Cắt đôi quả bí, nạo bỏ hạt, sau đó nạo lấy phần thị t cho vào tô. Thêm bơ và một lượng lớn muối và hạt tiêu. Nghiền kỹ.

86. prosciutto sò điệp xiên que

THÀNH PHẦN:

2 ounce prosciutto thái lát mỏng

12 lá húng quế tươi lớn

12 ounces sò biển lớn

SỐT KEM RAU BÓ XÔI

1 muỗng canh dầu ô liu

12 ounce rau bina tươi

2 muỗng canh kem

muối để hương vị

½ muỗng cà phê tiêu đen mới xay

Một nhúm hạt nhục đậu khấu tươi

Ngâm 12 xiên gỗ nhỏ trong nước ít nhất 20 phút. Đặt một lát prosciutto trên bề mặt làm việc, sau đó đặt một lá húng quế ở một đầu. Trên cùng với một con sò điệp. Quấn prosciutto xung quanh sò điệp và húng quế, nhét vào hai bên. Lặp lại quy trình để tạo 12 gói. Xỏ xiên vào các xiên đã ngâm, đậy nắp và đặt chúng sang một bên. Làm nóng vỉ nướng hoặc chảo lớn.

Nướng các gói trên lửa than vừa hoặc trong chảo đã thoa một ít dầu ô liu, cho đến khi prosciutto bắt đầu xèo xèo. Lật một lần và tiếp tục nấu, tổng cộng không quá 5 phút .

Trong khi đó, xào rau bina trong chảo lớn với một ít dầu, cho đến khi héo. Thêm kem, nêm nếm với muối, hạt tiêu và một ít hạt nhục đậu khấu. Để phục vụ, hãy dọn một lớp rau bina kem lên mỗi hai đĩa ăn tối đã hâm nóng. Trượt gói sò điệp ra khỏi xiên và sắp xếp chúng trên rau bina.

87. Mì căn đậu đen

CHO NƯỚC SỐT:

Đậu đen hộp 400 g, để ráo, rửa sạch.

75 g đường mềm màu nâu sẫm.

3 tép tỏi.

2 muỗng canh nước tương.

1 muỗng cà phê bột ngũ vị hương Trung Quốc.

2 muỗng canh giấm gạo.

1 muỗng canh bơ đậu phộng mị n.

1 quả ớt đỏ, thái nhỏ.

ĐỐI VỚI MÓN Xào:

350 g miếng seitan xốt lọ.

1 muỗng canh bột ngô.

2-3 muỗng canh dầu thực vật.

1 quả ớt đỏ, thái lát.

gói 300g choi , thái lát.

2 củ hành tây, thái lát.

Bún hoặc cơm đã chế biến sẵn để phục vụ.

HƯỚNG:

Bắt đầu bằng cách làm nước sốt, cho một nửa số đậu vào cối xay thực phẩm cùng với phần hoạt chất còn lại và thêm 50ml nước. Nêm, sau đó trộn cho đến khi mị n. Cho vào chảo và đun nóng kỹ trong khoảng 5 phút hoặc lâu hơn cho đến khi bóng và đặc.

Xả ống seitan và lau khô bằng giấy khu vực nấu ăn. Quăng các miếng mì căn vào bát bột ngô và để riêng. Làm nóng chảo của bạn ở nhiệt độ cao, thêm một ít dầu, sau đó là mì căn - bạn có thể phải làm điều này theo đợt. Xào trong khoảng 5 phút cho đến khi vàng nâu ở các cạnh. Loại bỏ seitan khỏi chảo bằng thìa có rãnh và đặt sang một bên đĩa.

Nếu chảo khô ở giai đoạn này, hãy thêm 1 muỗng cà phê dầu thực vật. Chuẩn bị trong 3-4 phút, sau đó cho mì căn trở lại chảo, cho nước sốt vào khuấy đều và đun sôi trong 1 phút.

88. Vỏ đậu hũ cà ri

THÀNH PHẦN:

1/2 bắp cải đỏ, cắt nhỏ.

4 muỗng canh sữa chua không đường

3 muỗng canh nước sốt bạc hà.

3 gói x 200 g đậu phụ, mỗi gói cắt thành 15 khối vuông.

2 muỗng canh bột cà ri tandoori.

2 muỗng canh dầu.

2 củ hành tây, thái lát.

2 tép tỏi lớn, thái lát.

8 chapattis.

2 quả chanh, cắt làm tư.

HƯỚNG:

Trộn nước sốt bắp cải, sữa chua và bạc hà, nêm gia vị và để riêng. Quăng đậu phụ với bột tandoori và 1 muỗng canh dầu. Làm nóng chảo và nấu từng mẻ đậu phụ, trong vài phút mỗi mặt cho đến khi vàng. Lấy ra khỏi chảo bằng thìa có rãnh và. Cho phần dầu còn lại vào chảo, cho hành và tỏi vào xào trong 8-10 phút cho đến khi mềm. Cho đậu phụ trở lại chảo và nêm gia vị vừa ăn.

Làm ấm chapattis theo hướng dẫn trên bao bì , sau đó cho từng loại một ít bắp cải, tiếp theo là đậu phụ cà ri và một ít chanh.

89. Salad Thái với tempeh

XA LÁT:

6 lạng bún

2 củ cà rốt nguyên củ cỡ trung bình, " dạng ruy băng " bằng dụng cụ gọt vỏ rau củ hoặc máy tạo hình xoắn ốc.

2 nhánh hành lá

1/4 chén rau mùi thái lát.

2-3 thìa bạc hà thái lát.

1 chén rau bina đóng gói lỏng lẻo

1 chén bắp cải đỏ thái nhỏ.

1 quả ớt chuông đỏ vừa.

1 mẻ tempeh đậu phộng ướp.

CÁCH ĂN MẶC:

1/3 chén bơ đậu phộng muối, bơ hạnh nhân hoặc bơ mặt trời.

3 muỗng canh tamari không chứa gluten.

3 muỗng canh xi-rô cây phong.

1 muỗng cà phê nước mắm tỏi ớt (hoặc 1 phụ ớt thái đỏ băm nhỏ hoặc 1/4 muỗng cà phê ớt đỏ/lượng như công thức gốc).

1 quả chanh vừa, ép lấy nước (năng suất - 3 muỗng canh hoặc 45 ml).

1/4 cốc nước (để pha loãng).

HƯỚNG:

Hủ tiếu nấu theo hướng dẫn trên bao bì, rửa sạch, để ráo nước, để nguội.

Cho mì đã nấu chín và nguội vào một bát lớn, cà rốt, hành lá, ngò, bạc hà, rau bina, bắp cải và ớt chuông đỏ rồi trộn đều. Dự trữ.

Mặc quần áo.

Cho 1/2 lượng tempeh (tùy chọn) và 1/2 lượng nước sốt vào món salad và trộn đều. Dẫn đầu với tempeh và nước sốt còn lại. Phục vụ ngay lập tức.

VINAIGRETTE VÀ ƯU ĐÃI

90. nước sốt trang trại tỏi

THÀNH PHẦN:

1 muỗng cà phê bột tỏi

2 muỗng canh sốt mayonaise

2 muỗng cà phê mù tạt Dijon

2 thìa nước cốt chanh tươi

Muối và hạt tiêu đen mới xay để nếm

HƯỚNG

Trộn tất cả các thành phần trong một bát salad.

Quăng với một món salad và phục vụ.

91. Sốt hành tím và ngò rí

THÀNH PHẦN:

1 muỗng cà phê hành tím thái nhỏ

½ muỗng cà phê gừng kết tinh thái nhỏ

1 muỗng canh hạnh nhân chần và cắt nhỏ

2 muỗng cà phê hạt mè

¼ muỗng cà phê hạt hồi

1 muỗng cà phê rau mùi tươi băm nhỏ

⅛ muỗng cà phê cayenne

1 muỗng canh giấm rượu trắng

1 muỗng canh dầu ô liu siêu nguyên chất

HƯỚNG

Trong một bát nhỏ, kết hợp hành tây, gừng, hạnh nhân, hạt vừng, hạt hồi, rau mùi, ớt cayenne và giấm.

Khuấy dầu ô liu cho đến khi kết hợp tốt.

92. Sốt kem Dilly ranch

THÀNH PHẦN:

2 muỗng canh sốt mayonaise

1 muỗng canh thì là tươi thái nhỏ

1 muỗng canh giấm rượu trắng

1 muỗng cà phê mù tạt Dijon

HƯỚNG

Khuấy tất cả các thành phần trong một bát salad.

Quăng với salad và phục vụ.

93. Sốt cha cha nóng

THÀNH PHẦN:

1 muỗng canh dầu ô liu siêu nguyên chất

1 muỗng canh sốt mayonaise

2 muỗng canh salsa nhẹ hoặc nóng

¼ muỗng cà phê tiêu đen mới xay

⅛ muỗng cà phê thì là xay

1 muỗng cà phê bột tỏi

¼ muỗng cà phê oregano

Cayenne để hương vị (tùy chọn)

Muối và hạt tiêu đen mới xay để nếm

HƯỚNG

Trộn tất cả các thành phần kỹ lưỡng trong một bát nhỏ.

Hương vị và điều chỉnh gia vị.

94. Giấm kiểu Cajun

THÀNH PHẦN:

2 muỗng canh giấm rượu vang đỏ

½ muỗng cà phê ớt bột ngọt

½ muỗng cà phê mù tạt Dijon dạng hạt

⅛ muỗng cà phê ớt cayenne hoặc nếm thử

⅛ muỗng cà phê (hoặc ít hơn) đường thay thế, tùy chọn hoặc theo khẩu vị

2 muỗng canh dầu ô liu siêu nguyên chất

muối và hạt tiêu đen mới xay để nếm

HƯỚNG

Khuấy tất cả các thành phần trong một bát salad. Hương vị và điều chỉ nh gia vị .

Lớp rau xà lách lên trên, quăng và phục vụ.

95. giấm mù tạt

THÀNH PHẦN:

2 muỗng canh dầu ô liu siêu nguyên chất

2 muỗng cà phê hạt mù tạt

1 muỗng canh bột tỏi

½ muỗng cà phê cải ngựa đã chuẩn bị

2 muỗng canh giấm rượu vang đỏ

¼ muỗng cà phê đường

Muối và hạt tiêu đen mới xay để nếm

HƯỚNG

Trộn tất cả các thành phần trong một bát salad. Hương vị và điều chỉ nh gia vị .

Xếp lớp với rau xà lách và trộn ngay trước khi ăn.

96. dấm gừng và hạt tiêu

THÀNH PHẦN:

1 muỗng canh giấm rượu gạo

$\frac{1}{4}$ muỗng cà phê đường

1 tép tỏi, thái nhỏ

$\frac{1}{2}$ muỗng cà phê gừng tươi thái nhỏ

$\frac{1}{4}$ muỗng cà phê ớt khô nghiền nát

$\frac{1}{4}$ muỗng cà phê mù tạt khô

$\frac{1}{4}$ muỗng cà phê dầu mè

2 muỗng canh dầu thực vật

HƯỚNG

Trộn tất cả các thành phần trong một bát salad. Hương vị và điều chỉ nh gia vị .

Xếp lóp với rau xà lách và trộn ngay trước khi ăn.

97. dấm cam quýt

THÀNH PHẦN:

1 muỗng canh nước cốt chanh tươi

1 muỗng canh nước cốt chanh tươi

1 muỗng canh nước cam tươi

1 muỗng cà phê giấm rượu gạo

3 muỗng canh dầu ô liu siêu nguyên chất

½ muỗng cà phê đường

Muối và hạt tiêu đen mới xay để nếm

HƯỚNG

Trộn tất cả các thành phần trong một bát salad lớn. Lớp lá rau diếp lên băng.

Quăng ngay trước khi phục vụ.

98. Hạt tiêu trắng và chà xát đinh hương

THÀNH PHẦN:

$\frac{1}{4}$ chén hạt tiêu trắng

1 muỗng canh hạt tiêu xay

1 muỗng canh bột quế

1 muỗng canh bột mặn

2 muỗng canh toàn bộ đinh hương

2 muỗng canh hạt nhục đậu khấu

2 muỗng canh ớt bột

2 muỗng canh cỏ xạ hương khô

HƯỚNG

Kết hợp tất cả các thành phần trong máy xay sinh tố hoặc bộ xử lý thực phẩm.

Bảo quản trong lọ có nắp đậy kín.

99. Chà xát khô ớt

THÀNH PHẦN:

3 muỗng canh bột tỏi

3 muỗng canh ớt bột

1 thìa ớt bột

2 thìa cà phê muối

1 muỗng cà phê tiêu đen mới xay, hoặc nếm thử

$\frac{1}{4}$ muỗng cà phê cayenne

HƯỚNG

Nghiền hỗn hợp gia vị trong máy xay thực phẩm hoặc máy xay sinh tố, hoặc dùng cối và chày.

Bảo quản trong lọ có nắp đậy kín.

100. Hỗn hợp gia vị Bourbon

THÀNH PHẦN:

2 muỗng canh ớt bột

1 muỗng canh cayenne

1 muỗng canh mù tạt khô

2 thìa cà phê muối

2 muỗng cà phê tiêu đen mới xay

2 muỗng cà phê bột tỏi

2 muỗng cà phê cây xô thơm

1 muỗng cà phê tiêu trắng

1 muỗng cà phê bột hành

1 muỗng cà phê thì là

1 muỗng cà phê cỏ xạ hương khô

1 muỗng cà phê oregano khô

HƯỚNG

Trộn tất cả các thành phần trong một bát nhỏ.

Bảo quản trong lọ có nắp đậy kín.

PHẦN KẾT LUẬN

Vì một số lý do, kế hoạch ăn kiêng thuần chay giàu protein ngày càng trở nên phổ biến.

Thực phẩm protein chất lượng là cần thiết cho một chế độ ăn uống lành mạnh và cân bằng, và có một quan niệm sai lầm phổ biến và điển hình rằng những người theo kế hoạch ăn kiêng dựa trên thực vật không thể tiêu thụ "đủ" protein.

Nguồn cung cấp thực phẩm của chúng tôi hiện chứa đầy các nguồn protein từ thực vật. Hạt gai dầu và hạt chia không có trên kệ siêu thị cách đây 5 năm; không phải là bột protein thuần chay chất lượng cao. Bây giờ chúng tôi có thể đáp ứng nhu cầu của mình mà không cần cánh hoặc bánh mì kẹp thị t.

Tuy nhiên, điều quan trọng là phải tuân theo chế độ ăn kiêng này theo cách có thể. Cuốn sách này sẽ trang bị cho bạn mọi thứ bạn cần để hiểu về protein từ thực vật.

www.ingramcontent.com/pod-product-compliance
Lightning Source LLC
LaVergne TN
LVHW011311061026
849535LV00005B/1499